निरोगी राहा
दीर्घायुषी व्हा

आपले आरोग्य हा आपला मौल्यवान ठेवा!
नियमितपणा राखून आपले आरोग्य सांभाळणे,
रोगराईचा प्रतिबंध करणे, आजारावर उपचार व
आजाऱ्याची शुश्रूषा यांचेकडे काटेकोरपणे
लक्ष ठेवणे ही आपली महत्त्वाची कामगिरी!
अज्ञान, चुकीची माहिती वा अपूर्ण ज्ञान
हे आपले महान शत्रू.
ह्या शत्रूंपासून दूर राहण्यासाठी
आरोग्यशास्त्र आणि वैद्यकशास्त्र यांची
शास्त्रशुद्ध माहिती असणे
अत्यंत आवश्यक आहे!
'निरोगी राहा दीर्घायुषी व्हा!'
ही माला असली शास्त्रशुद्ध माहिती
देण्याचे महत्त्वाचे काम पार पाडील.

'निरोगी राहा, दीर्घायुषी व्हा' या मालेतील इतर पुस्तके

मानसशास्त्रीय सल्ला व मार्गदर्शन
साधना कामत

बालजन्म
डॉ. अच्युत विश्वनाथ केरकर

आहार : नित्याचा व पथ्याचा
डॉ. अनुराधा गोडबोले

मधुमेह ❑ वृद्ध आणि त्यांचे प्रश्न ❑ जीवनसत्त्वे
डॉ. अरविंद सदाशिव गोडबोले

द लिव्ह वेल डाएट
डॉ. सरिता डावरे, संजीव कपूर

निरोगी कान : एक वरदान ❑ टॉन्सिल समस्या
डॉ. उमेशचंद्र तावडे

वजनातील चढउतार : एक सापशिडीचा खेळ
डॉ. विनोद धुरंधर, डॉ. निखिल धुरंधर

मुलगा वयात येतो ❑ मुलगी वयात येते
डॉ. सुरेश नाडकर्णी

प्रसन्न मातृत्व
डॉ. प्रज्ञा पै, अनु. डॉ. सुमती मोडक

वृद्धत्व : समस्या आणि उपाय
डॉ. शंकरराव पोतदार

आम्हाला बाळ हवंय!
डॉ. अनिरुद्ध मालपानी, अनु. डॉ. सुरेश नाडकर्णी

आहारातून उपचार
अंजली मुखर्जी, अनु. सुनंदा अमरापूरकर

बाराक्षार औषधपद्धती : एक चमत्कार
डॉ. टिकमभाई मेहता

बालसंगोपन ❑ मुले व त्यांचे प्रश्न
डॉ. चंद्रकांत शंकर वागळे

एचआयव्ही आणि एड्स : कुटुंबमार्गदर्शिका
डॉ. क्लाइव्ह विंग, डॉ. शंकर चौधरी, अनु. डॉ. सुरेश नाडकर्णी

कर्करोग

माहिती आणि अनुभव

डॉ. सुलोचना गवांदे

पॉप्युलर प्रकाशन, मुंबई

कर्करोग : माहिती आणि अनुभव
(म-१३१७)
पॉप्युलर प्रकाशन
ISBN 978-81-7991-966-8

KARKAROG :
MAHITI ANI ANUBHAV
(Marathi : Medical)
Dr. Sulochana Gawande

पहिली आवृत्ती : २०१९/१९४१

मुखपृष्ठ : संदीप देशपांडे

प्रकाशक
हर्ष भटकळ
पॉप्युलर प्रकाशन प्रा. लि.
३०१, महालक्ष्मी चेंबर्स
२२, भुलाभाई देसाई रोड
मुंबई ४०० ०२६

अक्षरजुळणी
ऑलरिच एन्टरप्रायझेस
माहीम, मुंबई ४०० ०१६

मुद्रक
रेप्रो बुक्स लि.
लोअर परेल
मुंबई ४०० ०१३

मनोगत

आपल्याला काही विशेष समजलं तर ते आपल्या जवळच्या लोकांना सांगावंसं वाटणं हा मनुष्यस्वभावच आहे. त्यामुळे कर्करोगाविषयी मला असणारी शास्त्रीय माहिती, या क्षेत्रात येणारे अनुभव आणि त्यातून मला सुचणारे विचार हे सर्वच कधीतरी माझ्या माणसांना सांगावं, असा मानस होता. माझी माणसं मराठी बोलतात पण मी तर अमेरिकेत राहते आणि माझ्या कामाची व दैनंदिन व्यवहाराची भाषा गेली तेहेतीस वर्षं प्रामुख्याने इंग्रजी आहे. तेव्हा मराठीतून हे सर्व लिहिणं कितपत व कसं शक्य होईल, अशी भीती मनात होती. तरीही महाराष्ट्र टाइम्सकडून संमती मिळाल्यावर मी बेधडक लिहायला सुरुवात केली आणि २०१६मध्ये दोन आठवड्यांतून एक असे लेख वाचकांपर्यंत पोचवले.

कर्करोगासारख्या क्लिष्ट विषयाबद्दल साध्या भाषेत ज्ञान मिळणं खूप कठीण असतं. हा विषय अत्यंत व्यापक आणि विस्तृत आहे. तसं पाहायला गेलो तर इंटरनेटवर भरपूर लेख असतात पण सगळे इंग्रजीत आणि त्यातले बहुतेक परदेशातील लोकांनी लिहिलेले. त्यामुळे यातून नेमकं काय वाचावं व काय घ्यावं, याचा गोंधळ उडतो आणि त्यातील कित्येक गोष्टी भारतीय समाजाकरता उपयुक्त किंवा समर्पक नसतात. त्यामुळे कर्करोग म्हणजे नक्की काय, त्याची कारणं, उपाय अशा गोष्टींबद्दल सुशिक्षित समाजातदेखील चुकीच्या कल्पना असतात. कर्करोगाचे निदान झालेले रुग्ण आणि त्यांचे नातेवाईक यांची स्थिती घाबरून जास्तच केविलवाणी होते. कर्करोगाबद्दल असलेले अनेक गैरसमज व भीती यामुळे त्यांना काय करावं सुचत नाही. उपचार करणाऱ्या डॉक्टरांकडे वेळ मर्यादित असतो आणि त्यांना रोगी व त्यांचे आप्तस्वकीय यांच्या सगळ्या शंकांना उत्तरं देणं शक्यच नसतं.

कर्करोग हा विषय वाचनीय व सोपा करून लोकांपर्यंत नेण्याचं उद्दिष्ट ठेवून मी महाराष्ट्र टाइम्समधील लेख लिहिले. कर्करोगाचा इतिहास, कारणं, विविध प्रकार आणि निदान, उपचार व त्यांचे परिणाम आणि आजमितीला चालू असलेलं प्रगत संशोधन असं सगळं त्याच्यातून मराठी माणसांपर्यंत पोचवलं. याशिवाय माझे काही वैयक्तिक अनुभव मांडले. हे लिखाण वाचकांना अतिशय आवडलं आणि उपयोगी वाटलं . त्रुटी एकच होती, ती म्हणजे वृत्तपत्रात प्रसिद्ध झालेले लेख सलग एकसंध वाचता येत नाहीत आणि एकदा तो दिवस गेला की, लेख पुन्हा पटकन हाती लागत नाहीत. तेव्हा अधिकाधिक मराठी माणसांना कर्करोगाबद्दलची माहिती सहजपणे मिळावी म्हणून हे लेख या पुस्तकात संकलित केले आहेत. हे करताना गेल्या दोन-तीन वर्षांत झालेल्या प्रगतीनुसार माहितीची उजळणी केली आहे. शिवाय काही विशिष्ट कर्करोगांविषयी आणि उत्तरजीवी माणसांविषयी लेख लिहिले आहेत.

माझा असा ठाम विश्वास आहे की, माणसाचं खरं सामर्थ्य म्हणजे ज्ञान आहे. योग्य माहिती आणि समज असेल तर आपण आयुष्य अधिक डोळसपणे व काळजीपूर्वक जगू शकतो. त्यामुळे कित्येक त्रास आणि दुर्घटना टाळता येतात. तरीही काही अप्रिय गोष्टी घडतात, नको ते आजार होतात, पण यामागची कारणं आणि त्याकरता काय करू शकतो हे समजून घेतलं तर संकटाने खचून न जाता त्याला तोंड देण्याची हिम्मत मिळते.

हे पुस्तक तुमच्या हातात ठेवण्याचा इतकाच उद्देश आहे की, यातील माहिती व अनुभव यातून रुग्ण आणि त्यांचे जिवलग यांना कर्करोगाच्या आपत्तीला तोंड देण्यास धीर मिळावा आणि योग्य निर्णय घेण्यास मदत व्हावी. त्याहूनही पुढे जाऊन माझी अशी प्रांजळ इच्छा आहे की, हे पुस्तक कर्करोग नसणाऱ्या लोकांनी वाचावं आणि त्यांना एक निरोगी व्यसनमुक्त जीवन जगण्याची प्रेरणा मिळावी. अखेरीस कर्करोगाचा प्रतिबंध हाच या रोगासाठी सर्वांत जालीम उपाय ठरू शकतो.

दि. १ ऑगस्ट २०१९ **– डॉ. सुलोचना गवांदे**
न्यूयॉर्क, अमेरिका

ऋणनिर्देश

पुस्तकाची सुरुवात करताना सर्वप्रथम हात जोडून नतमस्तक होते माझे वडील रत्नाकर कृष्णाजी गवांदे यांच्या स्मृतीपुढे. त्यांनी मला लहानपणापासून कुठलीही गोष्ट ग्राह्य न मानता स्वतःचा स्वतंत्र विचार करण्याची शिकवण दिली. त्यातून माझी संशोधक वृत्ती जोपासली गेली आणि जगाकडे बघायचा वेगळा दृष्टिकोन मिळाला. माझी आई वसुधा रत्नाकर गवांदे हिने मला, मुलगी म्हणून चौकटीत अडकून न राहता काहीतरी करून दाखवण्याची हिंमत दिली. आजही ती माझे कौतुक करायला आहे ही अतिशय भाग्याची गोष्ट आहे. माझे तिन्ही भाऊ, वहिन्या आणि माझी भाचेमंडळी यांचं प्रेम, अनेक ज्येष्ठ नातलग व परिचित यांच्याकडून मिळालेलं उत्तेजन यामुळे माझं आयुष्य नेहमीच समृद्ध झालं आहे. शाळेपासून असलेल्या अनेक मैत्रिणींना खात्री होती की, मी लिहिलेलं लोकांना आवडेल. या सर्वांची शाबासकी आणि प्रोत्साहन यांमुळे लिखाणाचा आनंद कितीतरी पटीने वाढला.

माझ्या एका ई-मेलला उत्तर देऊन 'महाराष्ट्र टाइम्स'चे संपादक अशोक पानवलकर मला भेटले आणि त्यांनी मला कर्करोगावर लेख-मालिका लिहिण्यास अनुमोदन दिलं. त्यांची दूरदृष्टी आणि या विषयाचं महत्त्व ओळखण्याची सामाजिक जाण, यांमुळेच हे लेख मी लिहू शकले आणि आता हे पुस्तक तयार होऊ शकलं. मला अमेरिकेत राहूनही मराठीत लेखन करण्याची संधी दिल्याबद्दल मी पानवलकरांचे मनापासून आभार मानते. 'महाराष्ट्र टाइम्स'च्या माध्यमातून महाराष्ट्रातील गावोगावी हे लेख गेले आणि वाचकांनी त्याला भरभरून प्रतिसाद दिला. मला शेकडो ई-मेल आल्या आणि त्यातून लक्षात आलं की, कर्करोगावरच्या माहितीची, तीही मराठीत, फार गरज आहे. या सकारात्मक

अनुभवावरूनच मी हे लेख पुस्तकात संकलित करायचं ठरवलं. या सर्व वाचकांना माझं विनम्र अभिवादन!

पॉप्युलर प्रकाशनाचे हर्ष भटकळ यांनी आपुलकीने या पुस्तकाच्या प्रकाशनाची जबाबदारी घेतली. त्यांची सहकारी अस्मिता मोहिते तसंच मृण्मयी रानडे यांनी बारकाईने सर्व लेख वाचून संपादित केले. या सर्वांना मनःपूर्वक धन्यवाद.

लिहिण्याचा हा उपदव्याप माझी मुलगी रेश्मा हिच्या एका प्रश्नातून झाला. 'आई, तू लिहिणार म्हणून नेहमी सांगतेस, ते नक्की कधी करणार आहेस?' तिचा माझ्यावरचा विश्वास हा माझा अमूल्य ठेवा आहे. तिच्याबरोबरच माझ्या जावयालादेखील श्रेय द्यायला पाहिजे, कारण त्याने मला या लिखाणातल्या तांत्रिक बाबतीत खूप मदत केली.

मुलीने आव्हान दिलं, आईने स्वीकारलं पण ते निभवायला मला माझ्या पतींचं सगळ्यात जास्त सहकार्य झालं. या लिहिण्याच्या नादात त्यांनी मला तर सांभाळलंच, शिवाय घर आणि आमच्या दोन मांजरांचीदेखील काळजी घेतली. प्रत्येक लेखाचे तेच पहिले श्रोते होते आणि मला अतिशय उपयुक्त सूचना देत होते.

या सगळ्यांत अत्यंत महत्त्वाची आणि केंद्रस्थानी आहेत ती, मला प्रत्यक्ष आणि अप्रत्यक्ष भेटलेली माणसं; विशेषतः कर्करुग्ण व त्यांचे सगेसोयरे. त्यांच्याकडून मी जे शिकले ते कोणत्याही पुस्तकात सापडणार नाही. या शिक्षणातून मला एक सफल, समाधानी जीवन जगण्याची दृष्टी मिळाली. या सर्वांची मी आजन्म ऋणी आहे.

दि. १ ऑगस्ट २०१९ — **डॉ. सुलोचना गवांदे**

न्यूयॉर्क, अमेरिका

अनुक्रमणिका

कर्करोग : माहिती

कर्करोग कसा होतो?

पृथ्वीवरच्या अद्भुत निसर्गात अब्जावधी वर्षांपूर्वी जीवाची उत्पत्ती झाली आणि बरीच उत्क्रांती होत मानवी शरीर विकसित झाले. असे म्हणतात की माणूस ही प्रकृतीची सर्वोत्तम निर्मिती आहे. बीजांड आणि शुक्राणू यांच्या संयोगातून एक पेशी जन्म घेते आणि तिचे पुढे एक संपूर्ण मानवी शरीर बनते. एक पेशी ते गुंतागुंतीचे मानवी शरीर ही प्रक्रिया अत्यंत जटिल आहे. एका मानवी देहात साधारण दशलक्ष कोटी (10 trillion) पेशी असतात असा अंदाज आहे. दशलक्ष कोटी किंवा १ ट्रिलियन म्हणजे एकावर बारा शून्य. जर आपण प्रत्येक सेकंद मोजत एक ट्रिलियनपर्यंत जायचे ठरवले तर त्याला तब्बल ३१ हजार ५४६ वर्षे लागतील. पण शरीर तयार होताना पेशींच्या फक्त संख्येतच वाढ होत नाही तर त्यांच्या स्वरूपातही बदल होऊन शेकडो प्रकारच्या पेशी तयार केल्या जातात. ह्या वेगवेगळ्या गुणधर्म असलेल्या पेशी म्हणजेच शरीराचे मूलभूत घटक असतात. त्यांतील विशिष्ट प्रकारच्या पेशी एकत्र येऊन उती (tissue), ग्रंथी आणि इंद्रिये तयार होतात. उदाहरणच द्यायचे तर त्वचापेशी एकत्र येऊन आतील इंद्रियांचे संरक्षण करणारे आवरण तयार करतात तर रक्तपेशी प्राणवायू पुरवतात. या पेशी आपापले काम अचूकपणे करतात आणि त्यामुळे शरीराचे यंत्र व्यवस्थित चालू राहते.

शरीर कोट्यवधी पेशींनी तयार होते परंतु या पेशी अमर नसतात. काही काळाने त्या निरुपयोगी होऊन फेकल्या जातात आणि त्यांच्या जागी नवीन पेशी येतात. खरेतर हे आपण पाहतोच असतो की, डोक्यावरचे केस गळून पडतात आणि नवीन येतात किंवा खोलवर झालेली जखम हळूहळू भरून येते. काही जातींच्या पेशींचे आयुष्य थोड्या दिवसांचे, तर काही कित्येक वर्षे टिकतात. आपल्या प्रत्येकाच्या

शरीरात ही उलथापालथ आपल्या नकळत अव्याहत सुरू असते. पण मी कर्करोगाबद्दल न बोलता पेशींची माहिती का देतेय? त्याचे कारण असे की पेशींची अनिर्बंध वाढ म्हणजेच कर्करोग. ही अशी वाढ शरीरातल्या कुठल्याही पेशीमध्ये होऊ शकते आणि त्या पेशींच्या गुणधर्मावर कर्करोगाचा प्रकार अवलंबून असतो. ज्याप्रमाणे पेशी अनेक तऱ्हेच्या आहेत त्याप्रमाणे कर्करोगाचे प्रकारही नानाविध आहेत. तेव्हा हे लक्षात घ्या की कर्करोग हा एक विशिष्ट आजार नाही तर यामध्ये अनेक प्रकार समाविष्ट आहेत. थोडक्यात म्हणजे पेशींची अनियमित वाढ हा जरी सर्व कर्करोगाचा मुख्य स्थायीभाव असला तरी पेशींच्या विविधतेमुळे या रोगाचे स्वरूप आणि लक्षणे यांत खूप फरक दिसू शकतो. आजमितीला मानवी कर्करोगाचे शंभरहून जास्त प्रकार आढळले आहेत. इथे एक महत्त्वाची गोष्ट लक्षात घेतली पाहिजे ती म्हणजे, प्रत्येक वाढ किंवा गाठ ही कर्करोगाची असतेच असे नाही. कर्करोगाच्या पेशींचे वैशिष्ट्य म्हणजे त्यांची शरीराच्या एका भागातून दुसऱ्या भागात जाण्याची आणि तिथे वाढण्याची क्षमता. उदाहरणार्थ, कर्करोग फुप्फुसात असेल तर त्यातल्या काही पेशी लिम्फमधून किंवा रक्तातून हाडे, मेंदू, यकृत इथेही जाऊन पोहचतात आणि वाढू लागतात. गाठ साधी असते तेव्हा अशा तऱ्हेने पसरत नाही. त्यामुळे तेवढी गाठ काढली की, बहुतेक वेळेला पुढे काही त्रास होत नाही. अशा न पसरणाऱ्या रोगाला बिनाईन ट्युमर (benign tumor) आणि कर्करोगाला मॅलिग्नण्ट (malignant) असेही म्हटले जाते.

कर्करोग हा अलीकडचा रोग नाही. या रोगाचा सगळ्यात जुना उल्लेख इसवी सनापूर्वी १६०० वर्षे इजिप्तमधल्या लिखाणात सापडतो. या रोगाला कर्करोग अथवा कॅन्सर हे नाव ग्रीक डॉक्टर हिप्पोक्रातेस (Hippocrates) याने इसवी सनापूर्वी पाचव्या शतकात दिले, कारण कर्करोगाच्या गाठीवर पसरणाऱ्या रक्तवाहिन्या त्याला खेकड्याच्या पायासारख्या दिसल्या. मध्य युगातील शेकडो वर्षे माणसाला शरीरावर बाहेर दिसणारे म्हणजे स्तन, नाक, त्वचा इतकेच कर्करोग माहीत होते परंतु हा रोग का होतो, याबद्दलचे त्या काळचे समज मात्र चुकीचे होते.

आजच्या काळात हे नक्की सिद्ध झालेले आहे की, पेशींच्या अनियंत्रित वाढीमुळेच कर्करोग होतो. शरीराचा हा इतका योजनाबद्ध समतोल का ढळतो आणि ही अमर्याद वाढ का होऊ लागते, याची काही कारणेही आता स्पष्ट होऊ लागली आहेत. आपल्या शरीरातील

प्रत्येक पेशीत जनुके (genes) असतात आणि त्यामध्ये सर्व सूचना किंवा प्रोग्राम लिहिलेला असतो. हे पेशीचे नियंत्रण केंद्र समजायलाही हरकत नाही. प्रत्येक पेशीने काम कधी आणि काय करायचे, कधीपर्यंत करायचे, आणि जर काही गोंधळ झाला किंवा मुदत संपली तर मग स्वतःला कसे नष्ट करायचे हे सगळे या नियंत्रण केंद्रामधूनच ठरवले जाते. परंतु जेव्हा या नियंत्रण केंद्राला किंवा जनुकाला दुखापत होते आणि त्यामुळे पुढच्या सूचना चुकू लागतात अथवा योग्य प्रकारे दिल्या जात नाहीत तेव्हा त्या पेशीचे नियमांचे बंध सैल होतात आणि त्यातून तिची अनैसर्गिक वाढ होण्याची शक्यता निर्माण होते. जर अशा पेशीचे विभाजन चालू राहिले तर त्यातून कर्करोगाचा उद्भव होऊ शकतो.

कर्करोग कसा होतो याचे हे अगदी सोप्या भाषेतले स्पष्टीकरण आहे. मग आता पुढचा प्रश्न येतो तो असा की या पेशींच्या जनुकाला कशामुळे एवढा धक्का बसतो की त्यामुळे त्यावरचे शिस्तबद्ध नियंत्रण निघून जाते? याचे उत्तर सोपे आहे आणि नाहीही. कुठच्या गोष्टींमुळे कर्करोग होण्याची शक्यता किंवा जोखीम नक्कीच खूप वाढते याबद्दल आता बरीच माहिती मिळाली आहे. कर्करोगामुळे जगात होणाऱ्या लाखो मृत्यूंपैकी साधारण तीस टक्के तंबाखूच्या वापराशी निगडित आहेत; ज्यात सिगरेट, विडी, गुटखा या सर्वांचा समावेश आहे. दारू म्हणजेच अल्कोहोल (alcohol) सेवन आणि लठ्ठपणा यामुळे कर्करोगाचे प्रमाण वाढते असे निर्विवादपणे आढळून आले आहे. सूर्याच्या अतिनील (UV) किरणांमुळे गोऱ्या कातडीच्या लोकांना त्वचेचा मेलॅनोमा (melanoma) नावाचा कर्करोग होण्याची फार शक्यता असते. गरीब देशांतील लोकांमध्ये कावीळ (hepatitis) आणि तत्सम जंतुसंसर्गामुळे होणारे कर्करोग अधिक दिसतात. याचबरोबर काही कर्करोग आनुवंशिक कारणांमुळेसुद्धा होतात. ही सर्व माहिती विश्वासार्ह आहे. या गोष्टींमुळे कर्करोग होण्याची संभावना खूप वाढते यात काहीच संशय नाही. पण यात गोंधळ असा आहे की या सर्व शक्यता आहेत आणि कोणाला कधी आणि कुठला कर्करोग कोणत्या कारणामुळे होईल हे कुणीही खात्रीपूर्वक सांगू शकत नाही. दूषित पाणी प्यायल्याने पोट लगेच बिघडते आणि लोकांना पटते की घाणेरडे पाणीच याला कारणीभूत होते. इतकेच नाही तर हा प्रयोग पुनःपुन्हा करून लोकांची खात्रीसुद्धा पटवून देता येते. कर्करोगाचे असे नाही. हा रोग सुरू कधी आणि कसा होतो हे समजत नाहीच पण त्याची

लक्षणे दृग्गोचर होण्यास कित्येक वर्षे जातात. त्यामुळे इतर आजारांसारखे कारण व परिणाम असे सोपे समीकरण कर्करोगासाठी मांडता येत नाही. हीच सबब पुढे करून बहुसंख्य माणसे कर्करोग होऊ नये म्हणून योग्य ती काळजी घेत नाहीत. बरेचदा मला विचारले जाते की कर्करोगावर उपाय कधी मिळणार? पण मी जेव्हा तंबाखू किंवा दारू सोडून कर्करोगाची शक्यता कमी करावी असे सांगते, तेव्हा ते मात्र पटत नाही. बहुतेकांच्या माहितीत असा एक तरी माणूस असतो जो रोज वीस-पंचवीस सिगरेटी ओढूनही पुष्कळ वर्षे जगलेला असतो किंवा कोणी अनेक वर्षे दारू पिऊनही त्याला काही झालेले नसते. हे ऐकून मला अतिशय त्रास होतो. यामध्ये बरीच सुशिक्षित माणसेही असतात. त्यांना या धोक्याची वाढलेली शक्यता कळायला खरेतर काहीच हरकत नाही. हल्ली आपल्याकडे उच्च मध्यमवर्गात सुखासीनता आल्यामुळे हालचाल कमी झालीय व वजने वर गेली आहेत. त्यांनी थोडा व्यायाम केला तर त्यातून इतरही फायदे होतील. तोच प्रकार आहाराचा. हिरवा भाजीपाला आणि धान्ये अशा खाण्यामुळे आज भारतात आतड्याच्या कर्करोगाचे प्रमाण अत्यल्प आहे पण नवीन पिढी हे सकस अन्न सोडून 'फास्ट फूड' खाण्यात मश्गूल आहे. त्यांना या सवयींचे घातक परिणाम कोण सांगणार?

आजारी झाल्यावर अगतिकपणे कुठेही श्रद्धा ठेवायला तयार असणारी माणसे उपलब्ध असलेल्या पुराव्यांवर विश्वास ठेवून स्वतःची जीवनशैली आधीच बदलू लागली तर कर्करोगाचे प्रमाण नक्कीच कमी होऊ शकेल.

■

तंबाखूचा संबंध

कर्करोग कसा होतो हे आपण पाहिले. पेशीतल्या जनुकाला इजा झाल्यामुळे जेव्हा पेशींची अनिर्बंध वाढ होऊ लागते तेव्हा कर्करोग होऊ शकतो. २०१८च्या आकडेवारीनुसार जगात दर वर्षी साधारण एक कोटी सत्तर लाख लोकांना कर्करोगाचे निदान होते. यात पुरुषांचे प्रमाण स्त्रियांपेक्षा थोडे जास्त आहे. जागतिक स्तरावर फुप्फुसे, स्तन, आतडे आणि पुरुषांची प्रोस्टेट ग्रंथी यामध्ये कर्करोगाचा प्रादुर्भाव अनुक्रमे सर्वात अधिक आहे. भारतात वर्षाला साधारण बारा लाख माणसे आपल्याला कर्करोग असल्याची वाईट बातमी ऐकतात. आपल्याकडे कर्करोगाचे प्रमाण वाढते आहेच, शिवाय पुष्कळदा रोग उशिरा लक्षात आल्यामुळे उपायांअभावी मृत्यूचे प्रमाणही इतर प्रगत देशांच्या मानाने जास्त आहे. पण त्याच वेळी कर्करोगाची कारणे उकलू लागल्यामुळे प्रतिबंधक उपाय करून स्वतःला सुरक्षित ठेवण्याच्या प्रयत्नांना महत्त्व मिळते आहे आणि काही वेळेला यशही. याचे उत्तम उदाहरण म्हणजे तंबाखू आणि कर्करोग यांची कहाणी.

तंबाखूचे झाड मूळचे अमेरिका खंडातले. तिथे ते दहा हजार वर्षांपासून अस्तित्वात आहे. तिथल्या प्राचीन लोकांना तंबाखूची पाने औषधी वाटत असत. जखमेवर पोटीस म्हणून किंवा वेदना कमी करण्यासाठी ते तंबाखूचा वापर करीत. ही पाने चघळल्याने गुंगी येते हा दातदुखीवर रामबाण उपाय समजला जायचा. इसवी सन १५००च्या सुमारास युरोपमध्ये तंबाखूची लागवड सुरू झाली आणि तिथेही हा वापर प्रचलित झाला. सुरुवातीला लोक पाने चुरडून तोंडात ठेवत. नंतर सुक्या पानांची भुकटी नाकात घालून (तपकिरीसारखे) अथवा पाइपमधून ओढण्याच्या नवीन पद्धती निघाल्या. जगभर फिरणारे खलाशी आणि

सैनिक यांच्याद्वारे तंबाखूचे लोण सगळीकडे पसरले. त्या काळात या सवयींकडे फक्त गंमत आणि फॅशन म्हणून बघितले जायचे. तंबाखूच्या वापरात प्रचंड वृद्धी झाली ती अमेरिकेत सिगरेटची निर्मिती सुरू झाल्यानंतर. विसाव्या शतकाच्या प्रारंभी, पहिल्या आणि दुसऱ्या महायुद्धांच्या दरम्यान सर्वसामान्य माणसांना खऱ्या अर्थाने तंबाखूची चटक लागली आणि धूम्रपान राजरोस स्वीकारले गेले. यामुळे सिगरेटचे उत्पादन आकाशाला जाऊन भिडले; वर्षाला तीस हजार कोटी सिगरेटी बनवल्या जाऊ लागल्या. काही व्यक्तींनी धोक्याची घंटा वाजवली होती पण एकतर त्यांच्याकडे दुर्लक्ष केले गेले किंवा त्यांना इतरांनी मूर्खात काढले. पण नकळत एक मोठी साथ अमेरिकेत पसरत होती, फुफ्फुसाच्या कर्करोगाची. दुर्दैवाची गोष्ट अशी की १९५० साली सिगरेट ओढणे हे रोज चहाकॉफी पिण्यासारखे सर्रास झाले होते. अत्यंत बुद्धिमान आणि सुशिक्षित लोकांनासुद्धा कर्करोग आणि तंबाखू/सिगरेट याचा संबंध असू शकेल हे मान्य नव्हते.

जेव्हा तंबाखू भाजला किंवा अर्धवट जाळला जातो तेव्हा अंदाजे चार हजार वेगवेगळ्या प्रकारची रासायनिक द्रव्ये निर्माण होतात. यात तीव्र आम्ल, विषारी वायू आणि टार हा काळा डांबरसदृश पदार्थ असतो. हा धूर सिगरेट, पाइप, विडी यांमधून छातीत घुसतो. नाक, घसा आणि श्वासनलिका यांतल्या पेशींना या धुरातल्या घटकांचा त्रास होतो. तंबाखूचा धूर, त्यातील हानिकारक रसायने, टार यांचा पुन्हा पुन्हा मारा होतो तेव्हा पेशींच्या जनुकाच्या रचनेतील सुसूत्रता बदलते. याला म्युटेशन (mutation) असे म्हणतात आणि त्याचा परिणाम म्हणून त्यांचे रूप व कार्यसुद्धा बदलते. निसर्गाने याकरतादेखील सावधगिरीची योजना केलेली आहे. जेव्हा एखादी पेशी चुकार मार्गाने जाऊ लागते तेव्हा हमखास तिला स्वतःला नष्ट करण्याची सूचना मिळते. त्यातून ती वाचली तर इतर पहारेकरी पेशी किंवा शरीराची प्रतिबंधकशक्ती (immune system) तिचा नाश करतात. परंतु सतत दिवसातून अनेकदा हा विषारी धूर कोंडमारा करतो तेव्हा अशी भक्कम संरक्षण व्यवस्थाही अपुरी पडते. हळूहळू काही विकृत पेशी निसटतात आणि त्यांच्यात परिवर्तन होत राहते. मधमाश्यांच्या मोहोळात जशा खूप साऱ्या कामकरी माश्या असतात आणि एकच राणी प्रजोत्पादन करते त्याचप्रमाणे आपल्या शरीरात फार कमी 'राणी'पेशी दुभंगून नवीन पेशी तयार करू शकतात. कर्करोग होण्याचा सगळ्यात पहिला टप्पा म्हणजे

चुकार कामकरी पेशींना विभाजनाची क्षमता मिळते. जेव्हा एका पेशीचे तीस वेळा विभाजन होते तेव्हा एखाद्या सेंटीमीटरएवढी गाठ बनते. याहून लहान गाठ एक्सरेमध्ये दिसूही शकत नाही. इतकी लहान गाठ शरीरातील नैसर्गिक नियंत्रणामुळे कित्येक वर्षे कह्यात राहते. काहीतरी कारणाने – एखाद्या आजारामुळे अथवा वारंवार होणाऱ्या सिगरेटच्या धुरासारख्या बाह्य आघातामुळे – ही पकड सैल होते आणि हा पेशींचा गोळा भराभर वाढू लागतो. त्याला रक्तवाहिन्या जोडल्या जातात आणि ही वाढ थांबवणे कठीण होते. बऱ्याचदा या पेशी रक्त किंवा लिम्फ द्रव्य यातून दुसऱ्या इंद्रियांपर्यंत पोहचतात आणि तिथे वाढू लागतात. यातून दोन भीतिदायक गोष्टी समजतात. एक म्हणजे, कर्करोगाची गाठ लक्षात यायला, तिची काही लक्षणे दिसू लागायला कित्येक वर्षे किंवा दशके जावी लागतात आणि दुसरे म्हणजे, जेव्हा निदान होते तेव्हा रोग बहुतेकदा अंतिम टप्प्यावर पोहचलेला असतो. तंबाखूचे इतर प्रकार म्हणजे गुटखा, तपकीर यांमध्ये धूर नसला तरी त्यातसुद्धा कित्येक विषारी रसायने असतात, जी तोंड, घसा, वा नाकातल्या पेशींवर आघात करतात आणि त्यामुळे जनुकीय बदल होऊन पेशींची अनिर्बंध वाढ होते आणि त्या भागात कर्करोगाची गाठ उद्भवू लागते.

तंबाखूचा पहिला वापर आणि कर्करोगाचे निदान यामध्ये इतका प्रदीर्घ काळ जातो. त्यामुळेच या दोन गोष्टींचा 'कृती ते परिणाम' असा संबंध सिद्ध करणे अवघड होते. या बाबतीत सर्वात महत्त्वाचा पुरावा प्रथम निरीक्षणाने मिळाला. ब्रिटनमध्ये १९५१ ते १९५४ या काळात केलेल्या पाहणीत असे दिसून आले की फुप्फुसाच्या कर्करोगाने मेलेला प्रत्येक माणूस धूम्रपान करत होता. यानंतर तंबाखू व सिगरेट याकडे बघण्याची लोकांची दृष्टी बदलू लागली. सिगरेटच्या पाकिटावर धोक्याची सूचना लिहिण्याचा कायदा अमेरिकेत १९६५ साली म्हणजे पन्नास वर्षांपूर्वी अमलात आला. नंतरच्या काळात विज्ञानाची प्रगती झाली. पेशी व त्यातील गुणसूत्रे/जनुके म्हणजे काय आणि त्यांचे कार्य कसे चालते याबद्दलच्या माहितीचा आत्यंतिक विकास झाला. त्यांतून कर्करोग का व कसा होतो याच्या ज्ञानात अमूल्य भर पडली.

तंबाखूबद्दलची आकडेवारी डोके सुन्न करून टाकणारी आहे. विसाव्या शतकात या एका पदार्थाच्या विविध वापरांमुळे सुमारे दहा कोटी माणसे मेली. तंबाखू आणि सिगरेट यामुळे सोळा प्रकारचे कर्करोग होण्याची

शक्यता वाढते. आज फुप्फुसाचा कर्करोग झालेले दहातील नऊ रुग्ण धूम्रपानाशी निगडित आहेत. हा रोग लपून वाढतो आणि तंबाखूशी संबंधित सर्व कर्करोगांमध्ये रोग्यांना शेवटच्या टप्प्यावर अनेक यातना भोगायला लागतात. फुप्फुस, जबडा, घसा इत्यादींचा कर्करोग झालेल्या लोकांचे हाल बघवत नाहीत. या रोग्यांसाठी फारसे उपचार उपलब्ध नाहीत. त्यामुळे त्यांचे आयुष्यमानही कमीच असते. कर्करोग होण्याची शक्यता तंबाखू/ सिगरेटची सवय किती जास्त आणि किती काळ चालू राहिली यावर अवलंबून असते. कर्करोग व्हायला जसा वेळ लागतो त्याचप्रमाणे व्यसन बंद केल्यावर शरीराच्या पेशींना पूर्ववत निरोगी व्हायलाही बराच वेळ द्यावा लागतो. यातली सर्वात भयंकर व भयावह वस्तुस्थिती अशी आहे की, तंबाखूमधले निकोटीन हे अमली द्रव्य माणसाच्या शरीराला जखडून टाकते आणि या व्यसनातून बाहेर पडणे अत्यंत मुश्कील करते. तंबाखूच्या व्यापारातून गडगंज श्रीमंत झालेल्या अमेरिकेतील कंपन्या हे सत्य जाणून होत्या, पण त्यांनी ते लपवून ठेवले. इतकेच नाही तर अमेरिकेत सामाजिक जागृती होऊन खप कमी होऊ लागल्यावर त्यांनी आशिया खंडातील देशांत सिगरेटचे जोरदार मार्केटिंग करायला सुरुवात केली.

तंबाखू भारतात साधारण सोळाव्या शतकात दक्षिण अमेरिकेतून येणाऱ्या खलाशांबरोबर आला. आज हे भारतासाठी अत्यंत महत्त्वाचे कृषी उत्पादन झाले आहे. चीनच्या पाठोपाठ सर्वात जास्त तंबाखूचे पीक भारतात होते आणि त्यातील बहुतांश निर्यात केले जाते. सुरुवातीला चिरूट, हुक्का असे श्रीमंत लोकांचे शौक म्हणून तंबाखू वापरला जायचा पण यथावकाश सर्व स्तरातील लोकांमध्ये ही सवय पसरली. आता भारतातील दोनतृतीयांश पुरुष आणि एकतृतीयांश स्त्रिया कुठल्या तरी रूपात तंबाखूचे सेवन करतात. गरीब लोकांमध्ये हे प्रमाण अधिक दिसून येते. आपल्या देशात सिगरेटपेक्षा विडी ओढणे किंवा तंबाखूचा गोळा गालात ठेवून चघळणे जास्त प्रचलित आहे. कुठल्याही स्वरूपात असले तरी तंबाखूचे व्यसन हे जीवघेणे असते. ही मूलभूत वस्तुस्थिती अगदी सुशिक्षित माणसेही कबूल करत नाहीत तेव्हा मन उद्विग्न होते. हे विष सतत शरीरात घालू नये हे त्यांना का कळत नाही, असे वाटत राहते. जोपर्यंत मानवजात तंबाखूपासून मुक्त होत नाही तोपर्यंत या सवयीमुळे कित्येक जणांना अनेक दुर्धर व्याधी सहन कराव्या लागतील एवढे मात्र निश्चित आहे.

■

कर्करोगाची इतर मुख्य कारणे

गेली पंचवीस-तीस वर्षे एक प्रश्न वारंवार विचारला जातो तो म्हणजे अलीकडच्या काळात कर्करोगाचे प्रमाण वाढले आहे का? याचे उत्तर शोधताना काही गोष्टी प्रथम समजून घेतल्या पाहिजेत. पहिले म्हणजे गेल्या शतकात आयुर्मर्यादेत झालेली लक्षणीय वाढ. १९००च्या सुमारास जन्माला आलेला माणूस वयाची जेमतेम पन्नाशी गाठत होता. नंतरच्या शंभर वर्षांत संसर्गजन्य रोग, हृदय, यकृत, मूत्रपिंड आदींचे विकार यांतील बऱ्याच आजारांवर प्रभावी उपाय व औषधे मिळाल्यामुळे अल्पवयीन मृत्यूचे प्रमाण घटले आणि पर्यायाने सरासरी आयुष्य ८० वर्षांपर्यंत झाले आहे. कर्करोगाची सुरुवातीची वाढ होण्यास दीर्घ काळ लागत असल्याने या रोगाचा प्रादुर्भाव बहुतकरून ४५-५०च्या पुढच्या वयात होतो. पूर्वीच्या काळी इतर अनेक कारणांनी वयाच्या पन्नाशीच्या आत मृत्युमुखी पडलेल्यांपैकी किती जणांना सुप्तावस्थेतील कर्करोग असू शकेल हे कळणे अशक्य आहे. दुसरा मुद्दा असा की, गेल्या शतकामध्ये वैद्यकीय चिकित्सा करण्याच्या तंत्रज्ञानात अफाट प्रगती झाली आहे. त्यामुळे पूर्वी न ओळखता येणारे कर्करोग आता लक्षात येऊ लागले आहेत. शिवाय समाजात या रोगाबद्दल जागृती निर्माण झाली आहे आणि त्यामुळे अनेकजण, विशेषतः स्त्रिया, ज्या पूर्वी स्तनाचे कर्करोग वगैरे लपवून ठेवत असत, आता जास्त संख्येने उपचारासाठी पुढे येऊ लागल्या आहेत. या सर्व कारणांमुळे कर्करोगाचे प्रमाण खरोखर वाढले आहे का, हे खात्रीने सांगणे कठीण आहे. पण त्याचबरोबर हे मात्र नक्की की, आपल्या बदलत्या राहणीमानामुळे आणि वाढत्या वयामुळे काही विशिष्ट प्रकारचे कर्करोग आजच्या समाजात वारंवार दिसू लागले आहेत. त्यावरून असे म्हणता येईल की आता जिवंत असलेल्या लोकांत

कर्करोग झालेली माणसे पूर्वीपेक्षा अधिक दिसू लागली आहेत. भूतकाळाशी तुलना करता आज कर्करोग होण्याची कारणेही बदलली आहेत आणि त्यानुसार वेगळ्या प्रकारचे कर्करोग आता प्रामुख्याने दिसतात. शेकडो वर्षांपूर्वी निसर्ग किंवा जनुकांशी संबंधित काही कारणे यामुळे बहुतांश कर्करोग होत होते. आता अनेक आधुनिक कर्ककारक गोष्टींचा आपल्या जीवनात प्रवेश झाला आहे. त्यात तंबाखू, किमाम, गुटखा, तपकीर, विडी, सिगरेट यांचा समावेश आहेच पण नैसर्गिक आणि मानवनिर्मित इतरही अनेक गोष्टी आहेत; ज्यामुळे कर्करोग होण्याची शक्यता वाढते. त्याबद्दल माहिती करून घेणे आवश्यक आहे.

सूर्यप्रकाशातील अतिनील (ultraviolet) किरणे इतकी प्रखर असतात की, ती त्वचेच्या पेशींमध्ये घुसून गुणसूत्रांत व त्यातील जनुकांत बदल (mutations) घडवू शकतात. उष्ण कटिबंधातील लोकांचा सावळा रंग त्यांचे या धोक्यापासून संरक्षण करतो. कारण त्यांच्या कातडीमध्ये रंगद्रव्य म्हणजेच मेलॅनिन (melanin) असते. गौरवर्णीय माणसांना उन्हाचा चटका बसला तर मेलॅनोमा (melanoma) नावाचा अतिशय वाईट कर्करोग होतो. मध्यंतरी पाश्चात्त्य देशांत उन्हात बसून किंवा टॅनिंग करून सावळे होण्याचे फॅड आले होते. त्या काळात मेलॅनोमा कर्करोगाच्या रुग्णांत वाढ झाली होती. मानवनिर्मित किरणोत्सर्गसुद्धा धोकादायक असतो. शरीरावर क्ष-किरणांचा खूप मारा झाला तर कर्करोग होऊ शकतो. अणुबॉम्बच्या स्फोटानंतर निर्माण झालेल्या आण्विक उत्सर्जनाने भाजलेल्या जपानी समाजात साधारण दहा वर्षांनी कर्करोगाचे प्रमाण वाढलेले दिसून आले. मेरी क्युरीने किरणोत्सर्गी रेडियम शोधले आणि अंधारात चमकणारी घड्याळे अतिशय लोकप्रिय झाली. ते आकडे रंगवताना मुली जिभेने ब्रश नीट करत असत. रेडियममधून निघणाऱ्या किरणांचा परिणाम होऊन त्यातील अनेकींना जिभेचा कर्करोग झाला. अशा घटनांतून किरणोत्सर्गामुळे कर्करोग होतो हे प्रस्थापित होण्यास मदत झाली. यातून आपण शहाणे झालो आणि स्वतःची काळजी घ्यायला शिकलो. उदाहरणार्थ, गोरी माणसे आता सूर्यकिरणे रोखणारे मलम लावून मगच उन्हात जातात आणि एक्सरे काढणारी माणसे फोटो घेताना खोलीतून बाहेर जाऊन किंवा शिशाचा कोट घालून क्ष-किरणांपासून स्वतःचा बचाव करतात.

आधुनिक आयुष्यात झालेले जे अनेक बदल आहेत त्यांपैकी दोन गोष्टींचा कर्करोगाशी जवळचा संबंध प्रस्थापित झाला आहे. हल्ली पाश्चात्त्य

मद्याचे सेवन आपल्याकडे सर्रास चालते. ही सवय भारतीयांकरता नवीन आहे. आपल्याकडे नशापाणी करण्यासाठी अमली पदार्थ म्हणून अफू-गांजाचा वापर पूर्वापार चालत आला आहे. पण व्हिस्की किंवा मदिरा (wine) हे प्रकार आपल्या पूर्वजांना माहीत नव्हते. विदेशी मद्यामध्ये इथेनॉल हा मुख्य घटक असतो. शरीरातील पचनक्रियेमुळे त्याचे रूपांतर एसेटाल्डिहाइड (acetaldehyde) ह्या विषजन्य रसायनात होते; ज्याचा परिणाम थेट जनुकांवर होऊ शकतो. मद्य तयार करण्याच्या प्रक्रियेतसुद्धा अनेक विषारी कर्करोगकारक पदार्थ निर्माण होतात. या सगळ्यामुळे दारू पिणाऱ्या माणसांची चयापचय क्रिया मंदावते आणि त्यांना आहारातील पौष्टिक घटकांचे शोषण करणे कठीण होते. मग कित्येकदा व्हिटॅमिन्सची कमतरता उद्भवते आणि रोगप्रतिकारक शक्ती कमी होऊ लागते. दारूतील इथेनॉलमुळे यकृतावर दुष्परिणाम होतात; यकृताच्या पेशी नष्ट करणारा सिऱ्होसिस नावाचा भयंकर रोग उद्भवतो आणि ह्या सर्वांचे पर्यवसान म्हणून दारू पिणाऱ्या लोकांना यकृताचा कर्करोग होण्याची शक्यता वाढते. कर्करोगाच्या आकडेवारीचा अभ्यास असे दर्शवतो की, मद्यपी माणसांमध्ये तोंड, घसा, अन्ननलिका, आतडे व यकृत या अवयवांचे कर्करोग अधिक प्रमाणात आढळतात. दारूमुळे कर्करोग होतो हे मान्य करायला पुष्कळ विरोध झाला. अखेरीस सप्टेंबर २०१८ मध्ये अमेरिकेच्या नॅशनल कॅन्सर इन्स्टिट्यूटने अल्कोहोलमुळे कर्करोगाचा धोका का व कसा वाढतो याबद्दल शास्त्रीय माहितीवर आधारित अधिकृत पत्र प्रसिद्ध केले. त्यात प्रथमच अल्कोहोल म्हणजे मद्य कर्ककारक आहे हे घोषित केले आणि लोकांनी मद्यपान सुरू करू नये व करत असल्यास आवरते घ्यावे, असा सल्ला दिला आहे. त्यांच्या मद्ययुक्त पेयांच्या यादीत फक्त व्हिस्कीसारखी द्रव्ये नाहीत तर बियर, वाईन आणि इतर सहजपणे घेतली जाणारी आणि फारशी कडक नाहीत म्हणून निरुपद्रवी समजली जाणारी सरबतेदेखील आहेत. मुख्य मुद्दा असा की, एकंदर किती अल्कोहोल शरीरात जातो आणि तो किती वेळेला घेतला जातो, हे महत्त्वाचे आहे. कमी मद्य पिऊनही बायकांना पुरुषांपेक्षा जास्त त्रास होतो, हे यात नमूद केले आहे. माहितीपत्रात असेही सांगितले आहे की, आशिया खंडातील काही माणसांत इथेनॉल पचवणारी प्रथिने (enzymes) सदोष असतात आणि त्यामुळे त्यांचा कर्करोगाचा धोका वाढतो. दारूच्या जोडीने तंबाखूचेदेखील व्यसन असले तर कर्करोग होण्याची शक्यता निश्चितपणे जास्त बळावते. एकंदरीत

काय तर दारू पिऊन कर्करोगाची जोखीम तर वाढतेच पण इतरही अनेक आजार होऊन तब्येतीचे वाटोळे होते, पैशांचे नुकसान होते आणि अनेकदा कौटुंबिक सुखदेखील संपून जाते. तरीही या सवयीला आपल्या समाजात अधिकाधिक प्रतिष्ठा आणि मान्यता मिळालेली आहे हे आपले दुर्दैव.

दुसरे महायुद्ध संपल्यावर अमेरिकेत एक छान समृद्धीचे युग सुरू झाले आणि त्यातून अगदी अनपेक्षित समस्या उभी राहिली. खाण्यापिण्याची चंगळ व सुखासीन जीवन, त्यात नवीन यंत्रांमुळे शारीरिक कष्टांची फारशी गरजही उरली नाही. त्याचा परिणाम म्हणून अमेरिकन लोकांची वजने वर, वर आणि वरच चढत गेली. तोपर्यंतचा मानवी इतिहास दुष्काळ व कुपोषण याला तोंड कसे द्यावे, हे शिकवणारा होता. लठ्ठपणामुळे काय होते, हे कुणालाच ठाऊक नव्हते. सुरुवातीला स्थूलपणामुळे मधुमेह, हृदयविकार असे रोग होतात, हे लक्षात आले. पण गेल्या पंधरा-वीस वर्षांत लठ्ठ माणसांमध्ये कर्करोगाचे प्रमाण जास्त आहे असे खात्रीलायकरीत्या आढळले आहे. हे कसे होऊ शकते? लठ्ठपणाचा जनुकांच्या रचनेशी, त्यामध्ये बदल होण्याशी काय संबंध असू शकतो, यावर आता बरेच संशोधन झाले आहे आणि त्यावरून काही अनुमाने बांधली गेली आहेत. वजन वाढते तेव्हा शरीरातील मेदाच्या पेशींमध्ये वृद्धी होते. या पेशींचे आयुष्य सात-आठ वर्षे इतके लांब असते. म्हणूनच एकदा वाढलेले वजन कमी करायला फार प्रयास पडत असतील. या मेदाच्या पेशी सुस्त नसतात. त्या अनेक प्रकारची प्रथिने, विशेषतः एस्ट्रोजिन (estrogen) आणि वाढीला चालना देणारी संप्रेरके (हार्मोन) निर्माण करतात. शास्त्रीय तर्क असा आहे की, रक्ताद्वारे ही प्रथिने बीजांडकोश, मूत्रपिंड, स्वादुपिंड अशा अनेक इंद्रियांपर्यंत पोहचतात आणि तेथील पेशींना प्रजननासाठी तसेच इतर बदल करण्यासाठी उद्युक्त करतात. यातूनच कर्करोगाची सुरुवात होत असावी. दुसरी वस्तुस्थिती अशी की, चुकीचा आहार आणि व्यायामाचा अभाव ही बहुतेकदा लठ्ठपणाची मुख्य कारणे असू शकतात. भाजीपाला, धान्ये असे सकस अन्न खाऊन वजन आटोक्यात राहते आणि या अन्नातून शरीराला आवश्यक असणारी जीवनसत्त्वे, खनिजे मिळतात. तळलेले पदार्थ, मिठाई असे पदार्थ खायला चांगले लागले तरी त्यामुळे वजन वाढते, देह जड होतो आणि शरीराला आवश्यक असलेल्या घटकांची मात्र कमतरता राहते. यामुळे रोगप्रतिकारक शक्तीवर विपरीत परिणाम

होत असावा आणि कर्करोगाच्या वाढीला विरोध होत नसावा. आतापर्यंतच्या पाहणीनुसार लठ्ठ माणसांमध्ये जठर, मूत्रपिंड, स्वादुपिंड, स्तन, आतडे, अन्ननलिका या अवयवांच्या कर्करोगाचे प्रमाण इतर योग्य वजनांच्या माणसांपेक्षा बरेच जास्त दिसते. परदेशातील अतिवजनदार व्यक्ती लाल मांस खूप खातात, असे लक्षात आले आहे. लाल मांस म्हणजे मटण, गोमांस व डुकराचे मांस. या मांसाच्या सेवनाने आतड्याचा कर्करोग होण्याची शक्यता वाढते, हे आता निर्विवादपणे स्वीकारले गेले आहे आणि म्हणूनच पाश्चात्त्य देशांत लाल मांस कमी खावे यासाठी समाजप्रबोधन केले जात आहे. भारतीयांच्या हजारो पिढ्यांनी लाल मांस फारसे खाल्लेले नाही आणि ते पचवण्याची क्षमता, त्याकरता लागणारे विकर (enzymes) आपल्या शरीरात असतील की नाही, हे नक्की ठाऊक नाही. तेव्हा परदेशातील अनुभवाचा बोध घेऊन आपण अन्नातील लाल मांसाचे प्रमाण मर्यादित ठेवणेच हितकारक आहे.

कुठलेही संकट आल्यावर त्याचे निवारण करण्यापेक्षा ते येऊच नये अशी खबरदारी घेणे नेहमीच शहाणपणाचे असते. म्हणूनच या लेखात तंबाखू सोडून इतर कुठल्या गोष्टींमुळे कर्करोग होण्याचा धोका लक्षणीय प्रमाणात वाढतो ही माहिती दिली आहे. विशेष असे की यातील प्रत्येक बाबतीत सकारात्मक कृती करून कर्करोगाची शक्यता कमी करता येते. हे मान्य की प्रत्येक लठ्ठ व्यक्तीला कर्करोग होत नाही आणि एखादा सात्त्विक सोज्वळ आयुष्य जगणारा कधीतरी अल्पवयातच या रोगाने ग्रासला जातो. हे असे का होते, याची कारणे त्या माणसाची जनुके व त्याच्या आजूबाजूचे वातावरण यांवर अवलंबून असावीत असा अंदाज आहे आणि ही उत्तरे शोधण्यासाठी अखंड संशोधन चालू आहे. तोपर्यंत सध्या उपलब्ध असलेले ज्ञान वापरून कर्करोगाला दूर ठेवण्यासाठी प्रयत्न करणे यातच शहाणपण आहे. अकाली कर्करोग झालेला निर्व्यसनी माणूस स्वतःच्या नशिबाला दोष देईल पण पन्नाशीमध्ये रोगग्रस्त होऊन संसार अर्धवट सोडताना कुणी आपल्या दारू, तंबाखू अशा सवयीचे सहज समर्थन करू शकेल का? आणि जे पालक आज आपल्या मुलांपुढे अयोग्य आहार व सुस्तावलेले स्थूल शरीर असे आदर्श ठेवताहेत त्यांना भविष्यात काय पाहावे लागेल?

या सगळ्याचा विचार करून जीवनशैलीत काही बदल करता येतील का ते नक्कीच ठरवायला हवे.

■

बदलत गेलेले विचार आणि उपचार

आज कर्करोग हा रोग जराही अनोळखी नाही. विविध माध्यमांतून आणि वैयक्तिक अनुभवांतून जवळ जवळ प्रत्येकाला या रोगाविषयी जुजबी कल्पना असते. सर्वसामान्य मराठी वाचकाला कर्करोगाबद्दल अधिक माहिती व्हावी आणि विशेषतः जुन्या काळापासून विसाव्या शतकापर्यंत या रोगाबद्दलचे विचार व त्या अनुषंगाने दिलेले उपचार कसे बदलत गेले हे समजून घेणे आवश्यक आहे.

कर्करोग म्हणजे पेशींची होणारी अनिर्बंध व अनियमित वाढ. हा रोग जगातील सर्व लोकांत इतकेच नाही तर अनेक प्राण्यांतसुद्धा आढळतो. प्राचीन काळातील समाजातही कर्करोग अस्तित्वात असल्याच्या खुणा दिसून आल्या आहेत. इजिप्तमधल्या पुरलेल्या शरीरात हाडाच्या कर्करोगाचे पुरावे सापडले आहेत. स्तनाच्या कर्करोगाचा सर्वात पहिला उल्लेख साधारण ३५०० वर्षांपूर्वीच्या इजिप्तच्या लिखाणात मिळाला. त्यात लिहिले होते की या व्याधीवर काही उपाय नाही. शरीरावरील दर्शनी गाठी कापून काढण्याचा त्या काळी प्रयत्न केला असावा, अशी नोंद आहे. बाकीचे उपाय म्हणजे वनस्पती आणि मुळे वाटून त्यांचे पोटीस करून लावणे किंवा शरीर शुद्ध करण्यासाठी विविध गोष्टींची धुरी देणे असे होते. शिवाय रोगासंबंधी अज्ञानामुळे जादूटोणा, मांत्रिकी असे प्रकारही प्रचलित होते.

प्राचीन ग्रीक देशात कर्करोगाचे स्वरूप समजून घेण्यास सुरुवात झाली. इथे या रोगाला स्वतःची ओळख मिळाली; ग्रीक डॉक्टर हिप्पोक्रातेस (Hippocrates) या आधुनिक वैद्यकशास्त्राच्या जनकाने साधारण अडीच हजार वर्षांपूर्वी या रोगाला सर्वप्रथम कर्करोग अथवा कॅन्सर म्हणून संबोधित केले. कारण कर्करोगाच्या गाठीवर पसरणाऱ्या

रक्तवाहिन्या त्याला खेकड्याच्या पायासारख्या दिसल्या. तेव्हा अशी समजूत होती की शरीरात चार प्रकारचे द्रव असतात. रक्त, कफ, पिवळे पित्त आणि काळे पित्त आणि या रसांचा किंवा द्रवांचा समतोल बिघडल्याने वेगवेगळ्या व्याधी उद्भवतात. यातील काळ्या पित्ताच्या अतिरेकामुळे कर्करोगाचा आजार होतो, असे त्यांना वाटत होते. त्यामुळे उपचार या विचाराच्या अनुषंगानेच होत होते. आहारात बदल, मुद्दामहून जखम करून रक्त वाहून देणे, शिवाय अनेक प्रकारची मलमे, पोटीस इत्यादी इलाज केले जायचे. मध्ययुगातील शेकडो वर्षे या समजुतीत बदल झाला नाही की काही वेगळे उपाय शोधले गेले नाहीत. त्या काळी धार्मिक कारणांमुळे मृतदेहाची चिरफाड करण्यास बंदी होती; विचारांची देवाणघेवाण व तंत्रज्ञान तुटपुंजे होते आणि याचा परिणाम म्हणून कर्करोग। किंवा एकंदरीतच वैद्यकीय संशोधन फार प्रगत होऊ शकले नाही. मात्र शरीराच्या निरनिराळ्या भागांतल्या कर्करोगाच्या गाठींचे वर्णन या कालावधीत लिहिले गेले आहे.

दुसऱ्या शतकात गेलेन (Galen) नावाचा रोमन डॉक्टर होऊन गेला; ज्याला निदान नंतरची हजार वर्षे वैद्यकीय क्षेत्रात सर्वोत्तम तज्ज्ञ मानले गेले. त्यांनी लिहिलेली पुस्तके अजून जपली गेली आहेत. गेलेन यांनी कर्करोगाच्या गाठीला 'ऑंको' (onco) म्हणजे ग्रीक भाषेत सूज असे संबोधले. त्यावरून आज या वैद्यकीय शाखेला ऑंकोलॉजी (oncology) असे म्हणतात. गेलेन यांचेही मत कर्करोग काळ्या पित्ताच्या अतिरेकामुळे होतो असेच होते. तोपर्यंत हे लक्षात आले होते की, कर्करोगाची गाठ काढली तरी ती पुन्हा परत येते व म्हणून ती शक्यतो काढू नये, असा दृष्टिकोन होता. शिवाय जंतुनाशक औषधे व भूल देणारी रसायने हे काहीच तेव्हा उपलब्ध नव्हते. त्या काळी शस्त्रक्रिया म्हणजे किती मोठी जोखीम असेल याची आपण आज कल्पनाही करू शकत नाही. त्यामुळे वाढलेल्या कर्करोगाला पूर्ण बरे करणे शक्य नाही आणि उपायांमुळे अपाय अधिक होतील, अशीच तेव्हाची धारणा होती.

सोळा-सतराव्या शतकात शवविच्छेदन करून मानवी देहाच्या रचनेविषयी आमूलाग्र माहिती मिळवणे सुरू झाले. त्याच सुमारास तंत्रज्ञानाचा विकास होत होता. यातून कर्करोगाविषयी नवीन सिद्धान्त मांडले गेले. माणसाचे शरीरच नव्हे तर कर्करोगाची गाठसुद्धा पेशींनी बनलेली आहे हे समजले, इतकेच नाही तर कर्करोग कुठल्या

लिम्फसारख्या द्रवातून नाही तर या पेशींमुळे शरीरात इतरत्र पसरतो, हे निर्विवाद मान्य केले गेले. कर्करोगाच्या पेशी रक्तामधून एका जागेतून दुसऱ्या ठिकाणी जातात परंतु त्या सर्व इंद्रियांत किंवा अवयवांत वाढू शकत नाहीत, असा नवाच विचार पगेट (Paget) नावाच्या इंग्रजी डॉक्टरने मांडला. त्याने कर्करोगाच्या पेशींची तुलना वाऱ्यावर उडणाऱ्या आणि पोषक मातीत रुजणाऱ्या बियांशी केली.

कर्करोगाच्या उपचारातील एक अत्यंत महत्त्वाचा टप्पा म्हणजे १८४६ मध्ये इथरची भूल देऊन केलेली शस्त्रक्रिया. जेव्हा वेदनाविरहित मार्गाने शरीरातील गाठ काढता येऊ लागली तेव्हा कर्करोगाच्या शस्त्रक्रिया करण्याच्या पद्धतीत आक्रमक बदल झाले. मूळ गाठ खोलवर जाऊन पूर्णपणे निपटून काढली पाहिजे, असा विचार प्रचलित झाला. शस्त्रक्रिया हा आजसुद्धा कर्करोगाच्या उपचारांचा अत्यंत महत्त्वाचा भाग आहे.

दुसरीकडे १८००च्या शेवटी क्ष-किरणांचा शोध लागला आणि काही वर्षांतच त्यांचा वापर कर्करोगाच्या पेशींवर भडीमार करून त्यांना मारण्यासाठी होऊ लागला. हे नेमके कसे होते हे कळत नसले तरी किरणांचा मारा केला तर गाठ वितळू लागते, हे मात्र दिसत होते. शरीराच्या बाह्य भागांवरच्या त्वचा, स्तन वगैरे कर्करोगासाठी वापरायला क्ष-किरणे उत्सर्जित करणारी यंत्रे बनवली गेली. दुर्दैवाने हे उपचार करणाऱ्या लोकांना किरणोत्सर्ग कर्ककारक असतो हे तोपर्यंत माहीत नव्हते. त्यामुळे कित्येकांना स्वतःला रक्ताचा कर्करोग झाला. आज असे काम करणाऱ्या प्रत्येकाला सुरक्षाकवच घालावे लागते.

विविध ग्रंथींतून होणारे स्राव आपल्या शरीराच्या आणि कित्येकदा कर्करोगाच्या वाढीशीही निगडित असतात. स्त्रियांच्या बाबतीत स्तन आणि बीजांडकोशातील संप्रेरके यांचा संबंध लक्षात आला होता व त्यातूनच संप्रेरकांद्वारा कर्करोगावर इलाज करण्यासाठी मार्ग मिळाला. आज स्तनाच्या आणि पुरुषांना होणाऱ्या प्रोस्टेट कर्करोगासाठी अशा औषधांचा प्रभावीपणे उपयोग केला जातो.

कर्करोगाच्या इलाजांसाठी जी औषधे निर्माण केली गेली त्यांचा शोध योगायोगानेच लागला. यातील बहुतेक औषधे द्रवरूपाने नसेतून दिली जातात आणि याला किमोथेरपी असे म्हणतात. युद्धाच्या वापरासाठी अमेरिकन सेना कित्येक रसायने तपासत असताना त्यातील नायट्रोजन मस्टर्ड या रसायनामुळे लिम्फ ग्रंथींचा कर्करोग कमी होतो,

असे दिसले. यानंतर बोस्टनचे डॉक्टर फार्बर यांनी 'ब' जीवनसत्त्वाशी संबंधित एक संयुग मुलांमधील रक्ताचा कर्करोग बरा करण्यासाठी यशस्वीरीत्या वापरले. या क्षेत्रात खूप नवीन औषधे शोधली गेली; जी आजही कर्करोगाच्या उपचारांसाठी परिणामकारक आहेत.

मागच्या वीस वर्षांत कर्करोगाच्या उपचारात झपाट्याने प्रगती झाली आहे. लक्ष्य म्हणजे टार्गेटेड थेरपी पेशीतील दूषित जनुकांना लक्ष्य म्हणजे टार्गेट करून नष्ट करते. प्रतिक्षमता थेरपी शरीरातील संरक्षण यंत्रणेचा उपयोग करून कर्करोग पेशींवर हल्ला करते. काही प्रकारच्या कर्करोगासाठी लस म्हणजे व्हॅक्सिन आता मिळते. रुग्णाच्या सजीव पेशींना वापर करून कर्करोगाच्या पेशी मारण्यासाठी अत्यंत नवीन जिवंत औषध हे तंत्र गेल्या काही वर्षांत विकसित झाले आहे.

हे इतक्या प्रकारचे उपचार उपलब्ध होऊनही कर्करोग संपूर्णपणे बरा करण्याच्या प्रयत्नांना अजून यश का आलेले नाही? याचे कारण असे की अगदी आत्ताआत्तापर्यंत आपल्याला या कर्करोगाच्या लढाईत नेमका शत्रू कोण हेच कळत नव्हते, मग नेम कसा धरणार? पेशी, गुणसूत्रे, जनुके यांविषयीच्या आपल्या ज्ञानात झालेली प्रगती ही गेल्या शतकातच झाली आहे आणि त्यात अजूनही सतत वाढ होते आहे. कर्करोगाच्या पेशींची रहस्ये जशी उलगडत जातील, तशी अचूक आणि प्रभावी उपाय करण्याची आपली क्षमता वाढेल. हजारो संशोधक हे कोडे सोडवण्यासाठी अथक प्रयत्न करत आहेत आणि त्यातून या रोगाच्या उपचारांना नवीन आशादायी दिशा दिसू लागली आहे.

■

कर्करोगासाठी शस्त्रक्रिया

आपल्या आधीच्या प्राचीन संस्कृतींमध्ये वेगवेगळी वैद्यकीय शास्त्रे उदयाला आली होती. उदाहरणार्थ भारतात आयुर्वेद प्रचलित होता त्याप्रमाणे चीन, ग्रीस, इजिप्त अशा ठिकाणीसुद्धा वैद्यकीय ज्ञान प्रगत झाले होते. या समाजात कित्येक रोगांवर यशस्वी इलाज होत होते पण कर्करोगावर मात्र काहीच उपाय सापडले नव्हते. त्यामुळे कर्करोग असाध्य आहे, ही भीती फार जुन्या काळापासून चालत आलेली आहे. आजसुद्धा बऱ्याच अंशी हीच मनोवृत्ती दिसून येते. कर्करोगाच्या उपचारात झालेली लक्षणीय प्रगती सर्वसामान्य लोकांपर्यंत अजून नीटशी पोहचलेली नाही.

तपासाचे कुठलेही मार्ग उपलब्ध नव्हते तेव्हा कर्करोगाचे ठळक लक्षण म्हणजे समोर दिसणारी गाठ. ही गाठ काढून टाकली तर आजार बरा होईल, असे वाटणे तार्किकदृष्ट्या योग्य होते. म्हणून कर्करोग दूर करण्यासाठी सर्वप्रथम केलेली कृती म्हणजे शस्त्रक्रियाच होती. अठराव्या शतकात काही अत्यंत कुशल शल्यविशारद होऊन गेले. सुटी, एकसंध गाठ काढली तर रुग्णाला रोगमुक्त करता येते, हे त्यांनी ओळखले होते. बऱ्याचदा गाठ काढली तरी दुसऱ्या ठिकाणी वाढ उपटते हेसुद्धा त्यांना माहीत होते. मात्र ही मूळ रोगाची पुन्हा वाढ असते की दुसरा नवीन कर्करोग उद्‌भवलेला असतो हे त्यांना नक्की समजत नव्हते. या रोगाबद्दल असलेल्या जुन्या समजुती आणि त्यामुळे असणारा उपचारांचा अभाव ही परिस्थिती बदलायला कारणीभूत असणारी सर्वात महत्त्वाची गोष्ट म्हणजे तंत्रज्ञानामुळे मिळालेले ज्ञान आणि त्यातून विकसित झालेली साधने.

ऑक्टोबर १८४६ मध्ये अमेरिकेतील बोस्टन शहरात रोग्याला भूल देऊन जबड्यातील गाठ काढण्याची पहिली शस्त्रक्रिया करण्यात आली. या महत्त्वाच्या टप्प्यानंतर शस्त्रक्रियेच्या वैद्यकशाखेत इतकी प्रगती झाली

की पुढच्या शंभर वर्षांना शस्त्रक्रियेचे शतक म्हणायला हरकत नाही. याच सुमारास जंतुविरहित वातावरण ठेवण्याची आवश्यकता लक्षात आली आणि रक्ताचे प्रकार समजल्यामुळे रुग्णाला योग्य तऱ्हेने रक्त देणे सुलभ झाले. शस्त्रक्रियेतील तीन सर्वात कठीण अडथळे म्हणजे वेदना, जंतुसंसर्ग व रक्तस्राव. या तिन्ही अडचणींवर मार्ग मिळाल्यामुळे अधिक गुंतागुंतीच्या व प्रदीर्घ काळ चालणाऱ्या शस्त्रक्रिया करणे शक्य झाले.

विसाव्या शतकात कर्करोगासाठी सर्जरी म्हणजे शस्त्रक्रिया अतिशय मोठ्या प्रमाणात केली जाऊ लागली. आता फक्त बाह्य भागावर दिसणाऱ्या नाही तर शरीराच्या आत, अगदी मेंदूतील गाठीसुद्धा, डॉक्टर यशस्वीरीत्या काढू शकत होते. या काळात स्तनाचा व फुप्फुसाचा कर्करोग या प्रामुख्याने होणाऱ्या कर्करोगांसाठी कशी शस्त्रक्रिया करावी, याच्या पद्धती घातल्या गेल्या; त्या आत्तापर्यंत प्रमाण मानल्या जात होत्या. कर्करोग कसा होतो हे अजूनही उकलले नव्हते पण महत्त्वाचे म्हणजे कर्करोगाच्या पेशी कशा दिसतात, हे समजले होते. या गाठीतील तुकडा सूक्ष्मदर्शकाखाली ठेवून पेशींचे स्वरूप पाहावे, असा आग्रह रुडॉल्फ विर्चोउ (Rudolph Virchow) यांनी धरला. आतापर्यंत गाठीचे बाह्य रूप तपासले जात होते आणि शस्त्रक्रियेतील प्रगतीमुळे शरीरातील खोलवर गाठीदेखील बाहेर काढून तपासल्या जात होत्या; पण त्या गाठींच्या आत बघावे ही कल्पना नवीन होती. तर या सूक्ष्म रूपाच्या अभ्यासातून असे दिसले की प्रत्येक प्रकारच्या पेशी वैशिष्ट्यपूर्ण असतात. निरोगी आणि रोगी पेशी एकमेकींपासून भिन्न दिसतात, इतकेच नाही तर कर्करोगाच्या पेशी या मार्गाने ओळखता येतात. या विषयात तज्ज्ञ असलेल्या डॉक्टरांना pathologist म्हणतात. कर्करोगाच्या निदानामध्ये pathologist वर फार मोठी भिस्त असते. त्यांच्या अहवालावरून हे ठरवले जाते की, गाठ benign (न पसरणारी) आहे की malignant (कर्करोगाची).

क्ष-किरणांचा वापर शरीराची अंतर्गत रचना आणि आतमधील, विशेषतः हाडातील, गाठी शोधण्यासाठी अतिशय उपयुक्त ठरला होता. यानंतरचे उल्लेखनीय शोध म्हणजे ultrasound, CT-scan, MRI, PET scan वगैरे. या शोधांमुळे कर्करोगाचा प्रकार व व्याप्ती ठरवण्याच्या प्रक्रियेत अचूकता आली.

शस्त्रक्रियेचा वापर बहुतकरून रक्ताचा सोडून इतर कर्करोगाच्या

उपचारांसाठी केला जातो. जेव्हा अशा घट्ट (solid) अथवा गाठीच्या कर्करोगाचा संशय येतो तेव्हा सर्वात प्रथम गाठ कुठे आहे हे शोधले जाते. मग ती संपूर्ण गाठ किंवा तुकडा शस्त्रक्रियेने काढून pathologist कडे तपासायला पाठवला जातो. गाठ किती मोठी आहे, ती त्याच जागी पुष्कळ पसरली आहे का, हे नोंदवले जाते. यातील पेशींच्या तपासाचा (pathology) रिपोर्ट ठरवतो की गाठ कर्करोगाची आहे का, त्या पेशी कुठच्या प्रकारच्या आहेत आणि त्यांच्या मूळ रूपात किती फरक झाला आहे. बदल जितका जास्त तितका रोग गंभीर होतो. त्याचबरोबर क्ष-किरणे व इतर स्कॅन वापरून रोग बाकीच्या शरीरात इतरत्र पसरला आहे का हे तपासले जाते. जर दुसऱ्या ठिकाणी वाढ दिसली तर ते चिंताजनक असते. ही सगळी माहिती एकत्र करून कर्करोगाची स्टेज अथवा स्थिती ठरवली जाते व त्याप्रमाणे उपचारांची दिशा आखली जाते.

गाठ लहान व एकसंध असेल, रोग पसरलेला नसेल तर शस्त्रक्रिया करून ती गाठ काढणे हा सर्वात उत्तम उपाय असू शकतो. आजच्या काळात शस्त्रक्रिया करणे धोकादायक राहिलेले नाही आणि माणूस पूर्ण निरोगी होण्याची शक्यता असते. इतर वेळेला गाठ मोठी किंवा रोग पसरलेला असला तरी शस्त्रक्रिया करणे योग्य समजतात. त्यातील एक कारण म्हणजे गाठीची व्याप्ती कमी केली तर रेडिएशन वा किमोथेरपी असे इतर उपाय अधिक परिणामकारकरीत्या देता येतात. कधीतरी याच्या उलटसुद्धा केले जाते. म्हणजे रेडिएशन वा किमोथेरपी देऊन गाठ लहान करतात आणि नंतर ती शस्त्रक्रिया करून काढतात. या दोन्ही परिस्थितीत किती फायदा होईल हे कर्करोगाचा प्रकार व त्याची मूळ व्याप्ती यावर अवलंबून असते. शस्त्रक्रिया करण्याचे अजून एक कारण म्हणजे आजारी मनुष्याला आराम मिळावा. दुर्दैवाने रोग अगदी पुढच्या स्थितीत असेल आणि बरे होण्याची शक्यता डॉक्टरांना वाटत नसेल तर अशा रुग्णांना परिहार सेवा (palliative care) घ्यावी असा सल्ला दिला जातो; ज्याद्वारे त्यांचा त्रास व वेदना कमी व्हाव्यात. पण गाठ अडनिड्या जागी असल्यामुळे किंवा तिच्या आकारामुळे रोग्याला साधे दैनंदिन व्यवहार करणे अवघड जात असेल व खूप दुखत असेल तर अशा वेळेला शस्त्रक्रिया करणे उचित समजले जाते.

अशा प्रकारे इतिहासाच्या सुरुवातीपासून मनुष्याचे आयुष्य आरोग्यसंपन्न करण्यासाठी शस्त्रक्रिया करण्यात आली आहे. आपल्या

भारतातील सुश्रुतांचे नाव आद्य शल्यविशारद म्हणून आदराने घेतले जाते. तंत्रज्ञानाची प्रगती व वैद्यकीय शोध यामुळे कर्करोगाच्या शस्त्रक्रिया करण्याचे तंत्र बदलले आहे. त्याचा परिणाम म्हणून शस्त्रक्रिया आता पूर्वीसारख्या गाठ व आजूबाजूचे सर्व अंग मुळापासून काढावे या हेतूने केल्या जात नाहीत. रुग्णाला विद्रुपता किंवा व्यंग येऊ नये, त्याच्या इतर इंद्रियांना अकारण इजा पोहचू नये याकडेही आता लक्ष दिले जाते. जेव्हा शक्य होईल तेव्हा सूक्ष्मदर्शकाच्या साहाय्याने अगदी छोट्या चिरेतून laparoscopic सर्जरी केली जाते. अशा तऱ्हेने आजच्या आधुनिक काळात कर्करोग बरा करण्यासाठी किंवा आटोक्यात आणण्यासाठी शस्त्रक्रियेचा उपयोग प्रभावीपणे केला जातो.

■

किमोथेरपीचा प्रारंभ आणि विकास

कर्करोगाच्या उपचारांबद्दल सर्वसामान्य लोकांच्या मनात एक प्रकारचे भयमिश्रित कुतूहल असते. बाकीच्या आजारांपेक्षा वेगळे आणि जालीम वाटणारे हे इलाज नेमके काय करतात; कधी कुठले वापरले जातात; त्यांचा एवढा त्रास का होतो आणि सगळ्यात महत्त्वाचे म्हणजे त्यामुळे कर्करोग कसा बरा होतो किंवा काही वेळेला इतके सगळे करूनही का बरा होत नाही, असे अनेक प्रश्न रुग्ण आणि त्यांचे आप्तस्वकीय यांच्या मनात असतात. म्हणूनच सर्व प्रकारच्या कर्करोग उपचारांबद्दल सोप्या भाषेत शास्त्रीय माहिती करून घेतल्यास बऱ्याच शंका दूर होतील.

जर शरीरातील गाठ कर्करोगाची आहे असे pathology रिपोर्टमधून कळले आणि ती शस्त्रक्रियेने काढण्यासारखी असेल तर तो उपचार सर्वप्रथम केला जातो. जेव्हा वेड्यावाकड्या किंवा मोठ्या आकारामुळे कर्करोगाची गाठ काढता येण्यासारखी नसते किंवा रोग शरीरात पसरलेला असतो तेव्हा अतिशय महत्त्वाचा औषधोपचार म्हणजे किमोथेरपी. या शब्दाचे दोन भाग आहेत. किमो म्हणजे केमिकल अथवा रासायनिक द्रव्ये आणि थेरपी म्हणजे उपचार. थोडक्यात म्हणजे रसायनांचा औषध म्हणून वापर करून केलेला इलाज. हा शब्द सर्वप्रथम विसाव्या शतकाच्या सुरुवातीला पॉल एरलिक या जर्मन डॉक्टर व संशोधकाने वापरला पण वेगळ्या संदर्भात, कर्करोगासाठी नाही. नंतर दुसऱ्या महायुद्धात असे दिसले की, मस्टर्ड वायू या विषारी रसायनाचा परिणाम रक्ताच्या पेशींवर होऊन त्यांची वाढ कमी होते. यावर पुढे अभ्यास करण्यासाठी दोन अमेरिकन शास्त्रज्ञांनी उंदरांमध्ये लिंफोमा म्हणजे लिम्फ ग्रंथींचा कर्करोग वाढवला व त्यांना मस्टर्ड वायू सदृश रसायनाने उपचार केले आणि त्या उंदरांचे लिंफोमा आकाराने लहान झाले. त्यानंतर या

औषधाचा उपयोग मनुष्य रुग्णावर केला गेला आणि त्याच्याही गाठी लक्षणीयरीत्या कमी झाल्या. अशा तऱ्हेने १९४० साली किमोथेरपीचे युग सुरू झाले. कर्करोगाच्या पेशींची वाढ थांबवण्यासाठी औषधे शोधायला यातून मोठीच चालना मिळाली. हार्वर्ड विद्यापीठातील सिडनी फार्बर यांनी फॉलिक ॲसिड या व्हिटॅमिनशी संबंधित एक संयुग वापरून रक्ताचा कर्करोग असलेल्या मुलांना खूप आराम पडतो असे दाखवले. या प्रकारची औषधे अजूनही कर्करोगाच्या इलाजात वापरली जातात. यात भारतीयांना अभिमानाची गोष्ट अशी आहे की, हे संयुग त्या वेळच्या मद्रास विद्यापीठात शिकून आलेल्या येल्लप्रगाडा सुब्बाराव यांनी प्रयोगशाळेत बनवले होते. या शास्त्रज्ञाने biochemistry क्षेत्रात मोलाचे योगदान केले आहे पण त्या काळातील वातावरणात त्यांना उचित श्रेय किंवा प्रसिद्धी मिळाली नाही. पाठोपाठ एलाय लिली या फार्मा कंपनीने सदाफुलीच्या फुलांपासून विनक्रिस्टीन नावाचे औषध विकसित केले. त्या काळी कर्करोग हा पेशींच्या अनियमित विभाजनाने होतो इतकेच माहीत होते. गुणसूत्रे व जनुकांमधील बदल याविषयीचे शोध अजून लागले नव्हते. त्यामुळे या संशोधनाला नेमकी दिशा नव्हती आणि फार्मा कंपन्यांना कर्करोगाची औषधे शोधण्यात आजच्यासारखा उत्साह नव्हता. या प्रयत्नांना उत्तेजन आणि मदत देण्यासाठी अमेरिकन काँग्रेसने १९५५ साली कर्करोग किमोथेरपी केंद्र स्थापन केले आणि तिथे नवीन औषधे शोधण्याच्या कार्याला आर्थिक मदत देण्यास प्रारंभ केला. या उपक्रमातून, इतर संशोधन केंद्रातून आणि नंतर फार्मा कंपन्यांच्या द्वारे अनेक किमोथेरपीची औषधे उपलब्ध झाली. इथे त्यांची नावे देता येणे अशक्य आहे पण मुख्य मुद्दा असा की, ही सर्व औषधे पेशींकरता मारक होती. त्यांचा रोख गुणसूत्रांच्या विभाजनचक्रावर होता; ते थांबवले तर पेशी वाढू शकणार नाहीत असा त्यामागचा तर्कविचार होता.

किमोथेरपीमधील पुढला टप्पा १९६५ साली आला तो म्हणजे एकाहून अधिक औषधे एकत्र देणे. याला कॉंबिनेशन किमोथेरपी म्हणतात आणि हे करण्यामागे असा विचार होता की, कर्करोगाच्या काही पेशी एका औषधामुळे मारल्या गेल्या नाहीत किंवा त्याविरुद्ध प्रतिकारशक्ती उत्पन्न झाली तरी त्या दुसऱ्या औषधापुढे वाचू शकणार नाहीत. ही उपचारांची पद्धत खूपच यशस्वी ठरली आणि त्यामुळे कितीतरी प्रकारचे कर्करोग काबूत आणणे किंवा प्रसंगी संपूर्ण बरे करणे शक्य झाले.

आजच्या काळात बहुतेक रुग्णांना किमोथेरपीचे अनेक ड्रग दिले जातात; एका वेळेला किंवा एकामागून एक अशा रीतीने अथवा शस्त्रक्रिया किंवा रेडिएशन यांच्या जोडीनेसुद्धा किमोथेरपी वापरतात म्हणजे जर काही कर्करोग पेशी निसटल्या असतील तर त्या नष्ट होतील किंवा कर्करोगाची गाठ लहान झाली तर बाकीचे उपाय करणे सोपे होईल.

किमोथेरपी म्हणजे पेशींच्या विरुद्ध वापरण्यात येणारे घातक द्रव्य किंवा विष असते. यामागचा हेतू फक्त कर्करोगाच्या पेशी संपून जाव्यात आणि निरोगी पेशींना त्रास होऊ नये असा असला तरी तसे होत नाही. किमोथेरपीची औषधे अगदी काटेकोर मोजून नसेमधून रक्तात दिली जातात किंवा तोंडाने घ्यायची असतात. शस्त्रक्रिया किंवा रेडिएशन यामुळे केवळ एका ठिकाणी उपाय करता येतो पण किमोथेरपीचे रसायन रक्तातून शरीरात भिनते आणि सर्व इंद्रियात पोहचते. त्यामुळेच शरीरात पसरलेल्या कर्करोगावर इलाज होऊ शकतो. कर्करोगाच्या भराभर वाढणाऱ्या पेशी जिथे जिथे असतील तिथे तिथे हे औषध पोहचते आणि आघात करते. त्याचबरोबर विभाजन होणाऱ्या बाकीच्या निकोप पेशींवरदेखील या औषधांचा विपरीत परिणाम होतो. पर्यायाने किमोथेरपी घेणाऱ्या रुग्णांना अनेक प्रकारचे दुष्परिणाम भोगावे लागतात. मानवी देहातील सतत वाढणाऱ्या पेशी म्हणजे मुख्यत्वाने रक्तपेशी, तोंड, पोट व आतडे यातील पेशी. या मोठ्या प्रमाणात किमोथेरपीच्या कचाट्यात सापडून नष्ट होतात. यामुळे रक्त कमी होणे, थकवा वाटणे, तोंड येणे, मळमळ व उलट्या असे आणि याहूनही अधिक त्रास उद्‌भवतात. त्यातील सर्वात कमी धोकादायक आणि तरीही सर्वाधिक होणारा व घाबरवणारा त्रास म्हणजे केस जाणे. याचे कारण असे की आपल्या केसांच्या मूळ पेशीसुद्धा कायम विभाजित होत असतात आणि किमोथेरपीच्या परिणामाने त्या मरून जातात. बहुतेकदा उपचार थांबले की केस पुन्हा पूर्ववत येतात. किमोथेरपीचे बहुसंख्य दुष्परिणाम हे तात्पुरते, इलाज चालू असतानाच जाणवतात पण त्यातील काही जीवावर बेतणारे असतात. या काळात डॉक्टरांच्या सल्ल्याप्रमाणे वागून रुग्णाची सर्व प्रकारे काळजी घेणे अत्यंत जरुरीचे असते.

कर्करोगाच्या कोट्यवधी रुग्णांना किमोथेरपीमुळे जीवदान किंवा निदान काही मोलाची वर्षे जगण्यासाठी मिळाली आहेत. विषारी रसायने शरीरात घालून त्यातून कर्करोग बरा करायचा हा प्रयोग खूप उपयुक्त

ठरला. तरीसुद्धा हा सर्व प्रकारच्या कर्करोगावर रामबाण उपाय नाही. रुग्णांची अपेक्षा असते की किमोथेरपी त्यांना रोगमुक्त करेल पण ही औषधे लवकर निदान झाले तर अधिक प्रभावी असतात. शिवाय काही पेशी प्रतिकार करून सुटतात आणि पुन्हा वाढू लागतात. त्यामुळेच किमोथेरपीमुळे आधी आराम पडून नंतर रोग उद्‌भवू शकतो.

आजच्या काळात किमोथेरपी जास्त प्रभावी व्हावी आणि दुष्परिणाम कमीत कमी व्हावेत या दृष्टीने पुष्कळ प्रगती झाली आहे. त्यात कर्करोग पेशींचे वैशिष्ट्य ओळखून केवळ त्यांच्यावरच सर्वाधिक परिणाम व्हावा अशा प्रकारची नवीन औषधे निर्माण करण्याचे प्रयत्न चालू आहेत. त्याचबरोबर औषधे कशी द्यावीत, किती कालावधीत द्यावीत म्हणजे त्रास कमी होईल याविषयी बरीच माहिती उपलब्ध झाली आहे. दुष्परिणाम होऊ नयेत म्हणून आधीच प्रतिबंधक उपाय करण्याची सावधानता घेतली जाते.

सर्वात महत्त्वाचे म्हणजे आपल्या शास्त्रीय ज्ञानात अर्थपूर्ण वृद्धी झाल्यामुळे सुधारित व जास्त गुणकारी targeted म्हणजे लक्ष्य थेरपीचा उदय झाला आहे. हा किमोथेरपीचा पुढील टप्पा आहे.

■

रेडिएशन व हार्मोन थेरपी

अमेरिकेत उन्हाळ्यामध्ये दिवस पंधरा तासांहून मोठा होतो आणि दुपारचे तापमान ३३ अंशांपर्यंत पोहचते. गच्च हिरव्या पानांनी भरलेली झाडे आणि फुले, फळे व भाज्या यांनी सजलेल्या बागा यामुळे सर्व निसर्ग अगदी समृद्ध दिसतो. ही सगळी जादू होण्यास कारणीभूत असतात सूर्यकिरण. त्यांच्या साहाय्यानेच पाने अन्न निर्माण करून वाढतात, हा धडा आपण प्राथमिक शाळेतच शिकतो. माणसालासुद्धा सूर्यप्रकाशाचा खूप फायदा होतो. छान उन्हामुळे मन प्रसन्न राहतेच पण त्याच्यातून आपल्याला आवश्यक असणारे डी व्हिटॅमिन त्वचेमध्ये तयार होते. या किरणांमध्ये असणारी ऊर्जा मानवी शरीराला अपायही करू शकते. सूर्यकिरणांमधील अतिनील लहरी (ultraviolet rays) फार प्रभावी असतात आणि त्यांच्या अति संपर्काने पेशींना हानी पोहचू शकते. त्वचेचा 'मेलानोमा' (melanoma) नावाचा कर्करोग यातून उद्भवतो.

सूर्यकिरणांच्या बऱ्या-वाईट गुणधर्मांचा अंदाज असला तरीसुद्धा अशा न दिसणाऱ्या लहरींतील शक्तीवर नियंत्रण करणे मानवी आवाक्याच्या बाहेर होते. ही परिस्थिती बदलली एकोणिसाव्या शतकाच्या शेवटी. जर्मन प्राध्यापक रोंतजन यांना १८९५ मध्ये एका प्रयोगात योगायोगाने क्ष-किरणांचा (x-rays) शोध लागला. हे किरण सूर्यप्रकाशातील अतिनील किरणांसारखेच आहेत पण यांच्या लहरींची लांबी कमी असते व ऊर्जा (energy) अथवा शक्ती जास्त असते. या अदृश्य आणि तरीही कित्येक घनपदार्थांना भेदून त्यांचे अंतरंग दाखवणाऱ्या किरणांनी शास्त्रज्ञ व सर्वसामान्य समाज आश्चर्यचकित झाला. क्ष-किरणांचा उपयोग लगेच होऊ लागला, विशेषतः बंदुकीची गोळी कुठे अडकली आहे हे शोधून सैनिकांवर शस्त्रक्रिया करण्यासाठी. अगदी

अल्पावधीतच १८९८ मध्ये मेरी क्युरी व त्यांचे पती पिअरे यांनी रेडियम हा नैसर्गिक किरणोत्सर्गी रासायनिक पदार्थ शोधला. यामुळे रेडिएशन थेरपी या नवीन वैद्यकीय शाखेची स्थापना होण्यास चालना मिळाली. बाह्य अंगावरील गाठी क्ष-किरणांच्या वापराने अक्षरशः वितळून जाताना दिसल्या. गरम उन्हाळी झऱ्यांमध्ये किरणोत्सर्गी गुण असल्यामुळे रोग बरे होतात, असेही तेव्हा वाटत होते. यामुळे रेडिएशन म्हणजे एक अद्भुत आणि सर्व दुखण्यांवर रामबाण उपाय आहे, असा विश्वास लोकांना वाटू लागला. सुरुवातीला असा समज होता की लहान प्रमाणात दिलेल्या क्ष-किरणांनी काही त्रास होणार नाही आणि जास्त प्रमाणात वापर करून जे अपाय होतील ते केवळ तात्पुरते असतील.

प्राध्यापक रोंतजन यांनी आपली माहिती जाहीर केल्यावर काही आठवड्यातच शिकागोमधील एक डॉक्टरने कर्करोगाच्या उपचारांसाठी क्ष-किरणांचा वापर केला. पुढच्या तीस-चाळीस वर्षांत रेडियम व क्ष-किरण यांचा कसा योग्य वापर करावा, यावर पुष्कळ प्रयोग झाले. लहान भागावर, छोट्या व्रणावर रेडिएशन देण्यास रेडियम उपयुक्त ठरले आणि मोठ्या व बाह्य भागासाठी क्ष-किरण योग्य दिसले. रेडियम पाण्यातून आणि हवेतूनसुद्धा देऊन झाले. हे सर्व करत असताना कित्येक चुका झाल्या लोकांना इजा झाली पण यातून रेडिएशन थेरपीविषयी अत्यंत मोलाचा अनुभव जमत गेला. त्यामुळे झालेला महत्त्वाचा बदल म्हणजे क्ष-किरणांचा सर्व मारा (डोस) एका वेळेला न करता अनेक भागांत विभाजन करून देण्याची पद्धत सुरू झाली.

रेडिएशन थेरपीमध्ये क्ष-किरण अचूक नेम धरून कर्करोगाच्या गाठीवर मारतात. या लहरींमध्ये जी ऊर्जा असते त्यामुळे कर्करोगाच्या पेशींची अंतर्गत रचना ढासळते पर्यायाने या पेशी नष्ट होतात. बाकीच्या चांगल्या पेशी या माऱ्यात सापडल्या तर त्यांनादेखील इजा पोहचते आणि त्यामुळे रेडिएशन संबंधित दुष्परिणाम उद्‌भवतात. आजच्या काळात बाहेरील त्वचेला कमीतकमी इजा करून शरीरात खोलवर पोहचणारे क्ष-किरण आधुनिक यंत्रांच्या मदतीने उत्पन्न केले जातात. जेव्हा कर्करोगाची गाठ बाहेरील किरणांच्या मार्गात सापडण्यासारखी नसते तेव्हा किरणोत्सर्गित वस्तू शरीरात मर्यादित काळासाठी ठेवून इलाज करतात. याला brachy therapy म्हणतात.

काही प्रकारच्या कर्करोगांमध्ये गाठ लहान असेल तर क्ष-किरणांचा

उपचार करून रोगी बरा होतो. शस्त्रक्रियेआधी गाठीचा आकार कमी करण्यासाठी, किंवा शस्त्रक्रियेनंतर पुन्हा कर्करोग उद्भवू नये याची काळजी घेण्यासाठी रेडिएशन वापरले जाते. काही वेळेला इलाज अधिक व्यापक करण्यासाठी किमोथेरपी व रेडिएशन थेरपी जोडीने देतात. जेव्हा आजार बळावलेला असतो व बरे होण्याची आशा नसते तेव्हाही रोगाची लक्षणे कमी होऊन आराम वाटावा म्हणून रेडिएशन थेरपीचा उपयोग केला जातो.

क्ष-किरण आणि त्यांचे आधुनिक वैद्यकशास्त्रात होणारे उपयोग याचा केवळ कर्करोगाशी नाही तर आपणा सर्वांच्या दैनंदिन आयुष्याशी अगदी महत्त्वाचा संबंध आहे. शास्त्रीय ज्ञानात झालेली प्रगती आणि आधुनिक अधिक सुरक्षित उपकरणांमुळे क्ष-किरणांचा वापर रोग्यांच्या उपचारासाठीच नाही तर निरोगी माणसांमध्ये निदान करण्यासाठीदेखील सर्रास केला जातो. याकरता संपूर्ण मानवजात या शोधांच्या जनकांची ऋणी आहे. प्राध्यापक रोंतजन व क्युरी दाम्पत्य यांचा नोबेल पारितोषिक देऊन या कार्यासाठी सन्मान करण्यात आला होता.

रेडिएशन थेरपी म्हणजे अवाढव्य उपकरणे आणि बाह्य वस्तू वापरून केलेला उपचार असा विचार केला तर त्याच्या उलट म्हणजे संप्रेरक थेरपी. संप्रेरक हे आपल्या शरीरात तयार होणारे व नैसर्गिक प्रक्रियेत आवश्यक असणारे अंतःस्राव असतात. अनेक ग्रंथींतून वेगवेगळ्या प्रकाराची संप्रेरक रसायने निर्माण होतात आणि त्यांच्याद्वारे तहान-भूक अशा साध्या गोष्टींपासून वाढ, प्रजनन अशा कठीण व्यवहारांचे नियमन केले जाते. संप्रेरक आणि त्यांचा कर्करोगासाठी होणारा उपयोग याची सुरुवातही एकोणिसाव्या शतकाच्या शेवटी झाली. जॉर्ज बिटसन नावाच्या डॉक्टरच्या लक्षात आले की सशाच्या मादीचे बीजांडकोष (ovary) काढले तर तिला दूध येणे बंद होते. तेव्हा लोकांना नवल वाटले की दूर असूनही एक इंद्रिय दुसऱ्या इंद्रियावर कसा ताबा ठेवू शकते. त्यातून मग स्तनाच्या कर्करोगाच्या रुग्णामध्ये बीजांडकोष काढून टाकण्याची कल्पना पुढे आली व त्यामुळे कर्करोगाची वाढ मंदावल्याचे दिसून आले. नंतर पुढे बीजांडकोषातील संप्रेरक व त्यांचा स्तनावर होणारा परिणाम सिद्ध केला गेला. अशा रीतीने संप्रेरकाचा शोध लागण्याआधीच त्यांचा कर्करोगावर होणार परिणाम समजला होता. स्त्रीच्या शरीरात अत्यंत आवश्यक असणारे इस्ट्रोजन संप्रेरक बीजांडकोषात बनते. स्तनाचा

कर्करोग असलेल्या कित्येक तरुण रुग्णांमध्ये बीजांडकोष काढून आणि संप्रेरकविरोधी औषधे देऊन इलाज केला जातो. पुरुषांमध्ये अशा तऱ्हेचे उपाय प्रोस्टेट कर्करोगासाठी यशस्वीपणे केले जातात. प्रोस्टेट ग्रंथीच्या वाढीसाठी टेस्टोस्टेरॉन या संप्रेरकाची गरज असते; जे बहुतांशी अंडकोष अथवा वीर्योत्पादक ग्रंथीमध्ये बनते. पुरुषांमध्ये या कर्करोगाचे प्रमाण बरेच आढळते आणि वीर्योत्पादक ग्रंथी काढून किंवा संप्रेरकविरोधी औषधे वापरून रोगाची वाढ रोखली जाते. संप्रेरक कमी झाल्यामुळे कर्करोग काबूत आणण्यास मदत होते पण त्याचबरोबर प्रजनन आणि लैंगिक क्षमता यावर अनेक दुष्परिणाम होतात. काही वेळा कर्करोग बरा झाल्यावर यावर इलाज करता येतो. हार्मोन थेरपी नुसती किंवा किमोथेरपीच्या बरोबर दिली जाते.

गेल्या शंभर-दीडशे वर्षांत शस्त्रक्रिया, रेडिएशन व हार्मोन थेरपी आणि किमोथेरपी अशा अनेक पद्धतींचे उपचार कर्करोगासाठी उपलब्ध झाले आहेत. त्यातील कुठले कधी वापरायचे हे रोगाचा प्रकार व स्थिती (प्राथमिक अथवा पुढे गेलेला/पसरलेला) यावर अवलंबून असते आणि ते निष्णात डॉक्टरांच्या सल्ल्याने ठरवणे योग्य असते.

■

औषधाची शोधयात्रा

आतापर्यंत आपण कर्करोगाच्या बहुतेक रूढ उपचारांची माहिती करून घेतली. यात शस्त्रक्रिया, किमोथेरपी, रेडिएशन थेरपी, हार्मोन थेरपी या सर्वांचा समावेश आहे. विसाव्या शतकाच्या सुरुवातीला एकसंध लहान गाठ शस्त्रक्रियेने काढून कर्करोग बरा करणे शक्य झाले. नंतर क्ष-किरणांचा म्हणजे रेडिएशनचा उपयोग छोट्या किंवा शस्त्रक्रियेने काढण्यास अशक्य अशा गाठींच्या इलाजासाठी होऊ लागला. सर्वात शेवटी किमोथेरपीचा शोध लागला. शस्त्रक्रिया व रेडिएशन केवळ एका ठिकाणी किंवा मर्यादित भागातील रोगासाठी वापरता येतात. कर्करोगाच्या पेशी पसरल्या असतील तर उपचार करण्यासाठी हा नवीन मार्ग मिळाला. आजच्या काळात इतर औषधोपचारांच्या जोडीने किंवा स्वतंत्रपणे किमोथेरपी प्रभावीपणे वापरली जाते. शिवाय रक्ताच्या वेगवेगळ्या कर्करोगांसाठी तसेच रोग जास्त वाढला असेल किंवा पसरला असेल तेव्हा किमोथेरपी हाच सर्वोत्तम पर्याय ठरतो. अशा तऱ्हेने किमोथेरपी हा कर्करोगाच्या उपचारांचा कणा आहे.

युद्धात वापरला जाणारा विषारी मस्टर्ड वायू हा सगळ्यात आधी शोधल्या गेलेल्या किमोथेरपीच्या औषधाला कारणीभूत ठरला. एका अपघाती स्फोटामध्ये या वायूची गळती होऊन काही सैनिक आजारी झाले आणि नंतर त्यांच्या शरीरातील पांढऱ्या रक्तपेशी व लिम्फ ग्रंथीतील पेशी यांची वाढ मंदावल्याचे आढळले. त्या वेळेला पेशींची रचना व गुणसूत्रे अथवा जनुके याबद्दल काही ज्ञान नव्हते पण पेशींचे विभाजन थांबवले तर कर्करोगाची गाठ वाढायची थांबते, इतके समजले होते. नंतरच्या काळात संशोधकांनी अशी कर्करोग प्रतिबंधक संयुगे शोधून काढण्याची मोहीम सुरू केली तेव्हा विविध वैद्यकीय क्षेत्रांत प्रचलित

असलेली सर्व औषधे व रसायनांचा त्यांनी अभ्यास केलाच पण नैसर्गिक स्रोत म्हणजे झाडे, वनस्पती, माती, समुद्र इतकेच काय तर बुरशी व जंतूसुद्धा पिंजून काढायला सुरुवात केली. ज्याप्रमाणे मानवी देहाला आवश्यक असणारे घटक निसर्गात असतात त्याप्रमाणे त्याविरोधी पदार्थही निसर्गात सापडतील, असा त्यांचा अंदाज होता. हे सर्व उपद्व्याप करून जे हाती लागेल ते तपासायचे कसे? ही हजारो रसायने सरळ रोग्यांना देणे अनैतिक ठरले असते आणि असे करणे व्यावहारिकदेखील नव्हते. सुदैवाने अमेरिकेतील रॉसवेल पार्क मेमोरियल संस्थेत १९१० साली मानवी कर्करोगाची गाठ उंदरांमध्ये वाढवण्याचे यशस्वी प्रयोग झाले होते. त्यामुळे नवीन रसायने किंवा संयुगे कर्करोगाच्या पेशींवर काही परिणाम करतात की नाही, हे उंदरांमधील प्रयोगांवरून ठरवण्याची अभिनव आणि तर्कशुद्ध पद्धत उदयास आली. यामुळे विविध प्रयोगांची एकमेकांशी प्रमाणबद्ध तुलना करणे शक्य होऊ लागले. या पहिल्या प्रयत्नांतून किमोथेरपीची काही अतिशय कार्यक्षम औषधे शोधली गेली आणि पुढच्या कामाला दिशा मिळाली. निसर्गातून जी औषधे आतापर्यंत सापडली आहेत त्यात सदाफुलीपासून बनवलेले विन्क्रिस्टीन, झाडातून मिळालेले पक्लीटॅक्सेल, जंतूंमधून शोधलेले डोक्सोरुबीसीन आणि जपानच्या समुद्रातील स्पाँजपासून विकसित केलेले एरिबुलीन, ज्यावर मी स्वतः काम केले आहे, ही आणि अशी अनेक नावे घेता येतील. जीवशास्त्र, भौतिकशास्त्र, रसायनशास्त्र या विषयात जशी प्रगती होत गेली तशी ही संयुगे तपासण्याची प्रक्रिया बदलत गेली आणि मुख्य म्हणजे अधिक व्यापक व गतिमान झाली. पेशींचे गुणधर्म समजू लागल्यावर कर्करोगाशी संबंधित अंतर्गत प्रक्रिया कशा वेगळ्या आहेत व काय तऱ्हेने त्यांचा पाडाव करता येईल या दृष्टीने प्रयत्न सुरू झाले. औषधांची परिणामकारकता अजमावण्यासाठी कर्करोगाच्या पेशी फक्त जनावरात नाही तर पेट्री डिशमध्ये वाढवण्याची सोय उपलब्ध झाली. कित्येक नवीन संयुगे प्रगोगशाळेत रासायनिक प्रक्रियेतून बनवली जाऊ लागली. पर्यायाने आज आपण नवीन औषधे शोधण्यासाठी किंवा औषधांची मोठ्या प्रमाणात निर्मिती करण्यासाठी निव्वळ नैसर्गिक साधनसंपत्तीवर अवलंबून राहिलेलो नाही. अतिशय गुंतागुंतीची किचकट संयुगे बनवण्याची क्षमता भारतातही विकसित झाली आहे.

एखादे संयुग कर्करोगाच्या उपचारात उपयोगी ठरू शकेल असा

पहिला संकेत मिळाल्यानंतर त्यापासून औषध तयार करून ते वापरता येण्याची परवानगी मिळणे हा अतिशय लांब आणि कठीण प्रवास असतो. याची थोडी तरी कल्पना सामान्य माणसाला असणे आवश्यक आहे.

कर्करोगाचे इलाज करण्यासाठी उपयुक्त असे संयुग किंवा पदार्थ संशोधकांना सापडले की सर्वप्रथम कर्करोगाच्या पेट्री डिशमध्ये वाढणाऱ्या पेशींवर त्यांचा काय परिणाम होतो हे पाहतात. यातून चांगले निकाल मिळू लागले की दुसरीकडे या संयुगाचे भौतिक व रासायनिक गुणधर्म तपासले जातात. मूळ पदार्थ शुद्ध स्वरूपात नसेल, म्हणजे झाडाची पाने वगैरे वापरली जात असतील, तर प्रभावी घटक ओळखून तो अधिक प्रमाणात कसा मिळवता येईल अथवा उत्पादित करता येईल यावर पुष्कळ काम केले जाते. हे सोपे नसते. उदाहरणार्थ अफाट धडपड करून संशोधकांनी एक टन स्पाँज जमवला आणि त्यातून मिळाले चिमूटभर ३०० मिलिग्रॅम एरिबुलीन. या अचाट परिश्रमात त्यांचे सगळ्यांचे केस अकाली पांढरे झाले अशी वदंता आहे. एकदा शुद्ध आणि पुरेसे संयुग प्राप्त झाले की पुढची महत्त्वाची पायरी म्हणजे या संयुगामध्ये कर्करोग बरा करण्याची क्षमता आहे का आणि त्याच्या वापरातून किती व कुठले अपाय होतील हे ठरवणे. किमोथेरपीची औषधे म्हणजे पेशींच्या विरुद्ध वापरण्यात येणारे घातक द्रव्य किंवा विष असते. हे नसेतून दिल्यावर रक्तातून प्रत्येक पेशीपर्यंत पोहचते. याचा परिणाम होऊन शरीरात पसरलेल्या कर्करोगाच्या पेशींचे विभाजन थांबावे व त्या नष्ट व्हाव्या अशी अपेक्षा असली तरी वाढणाऱ्या निरोगी पेशींनादेखील या औषधांचा त्रास होतो. म्हणूनच अपाय अथवा दुष्परिणाम किती आहेत हे ठरवणे किमोथेरपीमध्ये अतिशय महत्त्वाचे आहे. ही तपासणी जिवंत प्राण्यांमध्ये, विशेषतः उंदीर, कुत्रे व माकडे वापरून होते. यात नवीन संयुगांचा फक्त कर्करोगावर नाही तर या प्राण्यांच्या शरीरातील इतर चयापचय व मूलभूत प्रक्रिया यांवर काय परिणाम होतो याची काळजीपूर्वक नोंद केली जाते. शिवाय योग्य कालावधीत हे संयुग शरीरातून नीट बाहेर पडते ना, ते साचून राहून दुष्परिणाम होत नाहीत ना, हे आणि असे बरेच प्रश्न काटेकोर प्रयोग करून हाताळले जातात. हे सर्व काम एखाद्या संशोधन संस्थेत किंवा फार्मा कंपनीमध्ये केले जाते.

इथे मुद्दाम सांगायचा मुद्दा असा की, हे सगळे प्रयोग कसेही करून चालत नाहीत तर ते अमेरिकेतील FDA म्हणजे Food and Drug

Administration सारख्या नियामक संस्थेच्या नियमांना धरून करण्यात येतात. प्रत्येक बारीसारीक प्रश्नाचे उत्तर देण्यासाठी माहिती गोळा करावी लागते आणि यामध्ये जराही हयगय चालत नाही. पूर्वी जेव्हा FDA सारखी नियामक समिती अस्तित्वात नव्हती तेव्हा माणसांना काय व कुठले उपचार दिले जावेत यावर काहीच बंधने नव्हती आणि त्यातून कित्येक दुर्घटना घडल्या आहेत. सुरुवातीला अन्नातील भेसळ थांबवणे एवढे मोजके ध्येय ठेवून स्थापना झालेल्या या समितीने नंतर दूषित व खोट्या औषधांची विक्री किंवा व्यापार याला धरबंध घालणे ही अत्यंत कठीण जबाबदारी पत्करली. कुठलेही औषध तयार करून विकण्यासाठी अमेरिकेत FDAच्या अनुमतीची गरज असते. समग्र माहितीची सांगोपांग छाननी करून निरपेक्षपणे निर्णय देण्यासाठी या समितीची ख्याती आहे. नवीन औषधामुळे माणसाला काही त्रास होऊ नये याची खबरदारी घेणे हे या समितीचे मुख्य प्रयोजन असते. इतर देशातूनही अशा नियामक संस्था कार्यरत आहेत परंतु FDA सगळ्यात कडक शिस्तीची समजली जाते.

सर्व प्रयोगाअंती जेव्हा संशोधकांची स्वतःची खात्री होते की, त्यांना प्रभावी आणि फार अपाय नसलेले औषध बनवता येईल तेव्हा ते पुढच्या टप्प्यासाठी सज्ज होतात. त्यांना मग सगळे अहवाल दाखल करून हे संयुग मानवी कर्करोगावर तपासण्याची परवानगी घेण्यासाठी FDAकडे अर्ज करावा लागतो आणि यातून अनुकूल मत मिळाले तरच माणसांमध्ये चाचणी करण्यास सुरुवात करता येते. सुरुवातीच्या शोधापासून हा पल्ला गाठण्यासाठी साधारण पाच ते सात वर्षे लागतात आणि या कामाला प्रिक्लिनिकल म्हणजे माणसात चिकित्सा करण्यापूर्वीचे संशोधन असे म्हणतात. यानंतर क्लिनिकल चाचण्या सुरू करता येतात आणि त्यात यश आले तर FDA औषधाला मान्यता देते.

■

क्लिनिकल चाचणी

जेव्हा एखादा घटक किंवा पदार्थ याच्यात कर्करोगविरोधी गुण आहेत असे वाटते तेव्हा त्याचे औषध करता येईल का, हे ठरवण्यासाठी खूप काम करावे लागते आणि वेळही खूप जातो. सर्वप्रथम या पदार्थाचे शुद्धीकरण, मग छोट्या प्रमाणावर उत्पादन आणि नंतर पेट्री डिशमधील पेशींवर तसेच प्राण्यांवर त्याचे काय परिणाम होतात, अशा प्रकारचा बराच अभ्यास करावा लागतो. हा सविस्तर अहवाल FDA या नियामक संस्थेला सादर करून मानवामध्ये या संयुगाचा पुढील तपास करण्यासाठी संमती घ्यावी लागते. आतापर्यंत झालेल्या या प्रक्रियेला preclinical research म्हणजे क्लिनिकल टप्प्यापूर्वी केलेला अभ्यास असे संबोधले जाते. यानंतर माणसातील क्लिनिकल ट्रायल अथवा चाचणी सुरू होते.

क्लिनिकल चाचणी म्हणजे नेमके असते काय? नियामक समितीच्या परवानगीने माणसामध्ये प्रायोगिक औषधाचा पद्धतशीर अभ्यास करण्याची प्रक्रिया म्हणजे क्लिनिकल ट्रायल अथवा चाचणी. हे एक प्रकारचे वैद्यकीय संशोधन असून यात निरोगी किंवा आजारी व्यक्ती स्वखुशीने भाग घेतात आणि रोगाचा प्रतिकार, निदान आणि उपचार याबद्दलचे नवीन मार्ग शोधण्यास अमूल्य हातभार लावतात. काही कर्करुग्ण या तपासात भाग घ्यायला घाबरतात. कारण त्यांना वाटते की यामुळे योग्य अशा उपचारांपासून ते वंचित होतील; त्यांना प्रयोगशाळेतील प्राण्यांप्रमाणे वागवले जाईल. हे गैरसमज दूर करण्यासाठी, शिवाय क्लिनिकल ट्रायल कशी व का करतात आणि त्यातून शेवटी काय प्राप्त होते हे स्पष्ट करण्यासाठी या माहितीचा उपयोग होईल.

प्रत्येक क्लिनिकल ट्रायलचा संपूर्ण आराखडा (protocol) आधी तयार करावा लागतो आणि त्यात कुठे, कसे, किती प्रमाणात औषध

वापरणार; काही इजा झाली तर काय करणार व ही माहिती कशी गोळा करणार हे सगळे नमूद करावे लागते. हे काम बहुतांशी औषधे बनवणाऱ्या फार्मा कंपनीच्या पुढाकाराने होते आणि या उपक्रमात शेकडो लोक सहभागी असतात. यातील लिहून दिलेला प्लॅन तंतोतंत अमलात आणावा लागतो; जर काही बदल किंवा उल्लंधन झाले तर FDA किंवा इतर नियामक मंडळ दंड करू शकते किंवा क्लिनिकल ट्रायल थांबवते. त्यामुळे सर्व उपलब्ध ज्ञानाचा ऊहापोह करून अनेक प्रकारचे तज्ज्ञ व डॉक्टर यांच्या सहकार्याने अतिशय काटेकोर protocol लिहिला जातो. त्याच्या जोडीने Informed consent form म्हणून एक दुसरे पत्रक बनवले जाते. याचा अर्थ माहितीपूर्वक घेतलेले अनुमोदन. भाग घेणाऱ्या प्रत्येकाने हे वाचणे अत्यंत आवश्यक आहे. कारण यामध्ये क्लिनिकल ट्रायलमध्ये नेमके काय करण्यात येईल; त्याचे ज्ञात असलेले फायदे-तोटे आणि मुख्य म्हणजे रुग्णांना असलेले हक्क हे सगळे सामान्य माणसाला कळेल अशा साध्यासोप्या शब्दांत लिहिलेले असते. रुग्णांच्या गरजेप्रमाणे त्यांच्या भाषेतून हे पत्रक मिळू शकते. जोपर्यंत हे सर्व समजले अशी सही रुग्ण करत नाही तोपर्यंत तिला/त्याला क्लिनिकल ट्रायलमध्ये प्रवेश मिळत नाही. याशिवाय वैद्यकीय संस्था किंवा हॉस्पिटलमध्येही नैतिक समिती असतात आणि त्यांचे सदस्य क्लिनिकल ट्रायलवर देखरेख ठेवतात व रुग्णांना अपाय होऊ नये याची काळजी घेतात.

किमोथेरपीच्या औषधांसाठी होणारी क्लिनिकल ट्रायल खूप जणांना परिचित असेल. यात मुख्य तीन प्रकार असतात; ज्यांना फेज (phase) १, २ व ३ असे संबोधले जाते आणि त्या याच अनुक्रमाने केल्या जातात. सुरुवात नेहमी फेज १ प्रकारानेच करण्यात येते. या चाचणीचा मूलभूत उद्देश एकच आणि तो म्हणजे मानवी शरीराला योग्य असा या प्रायोगिक औषधाचा डोस ठरवणे. याकरता प्राण्यांमधील प्रयोगातील माहितीच्या आधारे पहिला डोस दिला जातो आणि त्याचे परिणाम, विशेषतः दुष्परिणाम, नोंदवले जातात. जर त्रास झाला नाही तर औषधाची मात्रा एकेका पायरीने वाढवत जातात आणि असह्य होईल असे वाटले तर लगेच थांबवतात. यातून माणसाला कमीतकमी दुष्परिणाम होतील पण त्याचबरोबर जास्तीतजास्त प्रभावी ठरेल, असा डोस शोधण्यास मोठी मदत होते. असा डोस ठरवता आला म्हणजे ती फेज १ चाचणी यशस्वी झाली असे मानले जाते. कर्करोगाच्या औषधासाठी करण्यात येणाऱ्या

फेज १ ट्रायलमध्ये सर्वात कमी लोकांना सहभागी केले जाते. बहुतेक वेळा यात वीस ते पन्नास रुग्ण भाग घेतात आणि यात महत्त्वाची अट अशी असते की, ज्यांना इतर काही उपाय उरलेले नाहीत अशांनाच प्रवेश मिळेल. याचे कारण असे की, ज्या रुग्णांना बाकी इलाजांमुळे फायदा होऊ शकेल त्यांचे या प्रायोगिक औषधाच्या चाचणीमुळे नुकसान होऊ नये.

एकदा डोस ठरला की फेज २ ची ट्रायल सुरू करतात. यात साधारण शंभर ते दीडशे रुग्ण घेतले जातात आणि आता प्रमुख उद्देश असतो की, हे औषध कर्करोगासाठी उपयोगी आहे का हे ठरवणे. फेज १ मध्ये बहुतेकदा कोणत्याही प्रकारच्या कर्करोगाचे रोगी भाग घेऊ शकतात पण फेज २ मध्ये विशिष्ट कर्करोगाकरता औषध तपासले जाते. यातून आशादायी निकाल दिसले, म्हणजे औषधात दुष्परिणाम कमी आणि रोगावर नियंत्रण करण्याची क्षमता आहे असे आढळले, तर मग पुढच्या फेजला जाता येते.

फेज ३ ची चाचणी सर्वात मोठी असते आणि यात साधारण दोनशे ते पाचशे रुग्ण घेतले जातात. आता आव्हान असते की, तपासले जाणारे प्रायोगिक औषध हे या कर्करोगासाठी वापरात असणाऱ्या इतर औषधांपेक्षा जास्त परिणामकारक आहे आणि त्याचे दुष्परिणाम बेताचे किंवा कमी आहेत हे सिद्ध करणे. या चाचणीत भाग घेणाऱ्या रुग्णांना इलाजासाठी एकतर नवीन प्रायोगिक औषध किंवा त्या कर्करोगाकरता प्रचलित असणारे जुने औषध मिळते. आदर्श चाचणीमध्ये कित्येकदा रोगी व त्यांच्या डॉक्टरांना कोण कुठले औषध घेतोय हे माहीत नसते. इंग्रजीत याला blinded चाचणी असे संबोधतात. रोगी आणि डॉक्टर या दोघांनाही अंधारात ठेवण्याचे कारण काय? यामागची धारणा अशी आहे की, जेव्हा ही माहिती लपवलेली असते तेव्हा पूर्वग्रह कमी होतात आणि निःपक्षपातीपणे चाचणीचे निकाल नोंदवले जातात. या चाचणीत भाग घेण्याची बंधने फेज १ व २ पेक्षा कडक असतात आणि या चाचणीतून जे निष्पन्न होते त्यावर प्रायोगिक औषधाचे भवितव्य अवलंबून असते.

फेज ३ च्या ट्रायलचे निकाल सकारात्मक आले तर हे यश प्रायोगिक औषधावर preclinical अवस्थेपासून या टप्प्यापर्यंत काम करणाऱ्या हजारो लोकांसाठी अत्यंत मोलाचे आणि अर्थपूर्ण असते. तरीही अजून त्यांचे काम संपत नाही. फेज १ ते ३ मधील सगळी माहिती आणि बाकी

अनेक रिपोर्ट एकत्र करून त्यांना पुन्हा FDA कडे जावे लागते आणि आता या संयुगाला कर्करोगावरील औषध म्हणून विकण्याची अनुमती द्या असा अर्ज करावा लागतो. या सर्व माहितीचे बारकाईने विश्लेषण करून त्याच्या उपयुक्ततेची खात्री झाली तरच ही मंजुरी मिळते आणि अशा तऱ्हेने एक नवीन औषध बाजारात येते.

आता थोडी आकडेवारी. समजा सात ते दहा हजार संयुगे प्रयोगशाळेत आशादायक वाटली तर त्यातील अंदाजे अडीचशे संयुगे पुढे पेशी व प्राण्यांवर वापरून पाहतात आणि त्यातून फक्त दहा संयुगे फेज १ ट्रायलपर्यंत पोहचून माणसांमध्ये तपासली जातात. त्यातील फक्त एखाददुसऱ्या संयुगाला औषध म्हणून मान्यता मिळते आणि या सर्व प्रक्रियेला सरासरी दहा वर्षे लागतात. ही टक्केवारी पाहिली की नवीन औषध शोधण्यामागे किती प्रचंड कष्ट आणि चिकाटी असते याची कल्पना येते.

क्लिनिकल ट्रायलमध्ये केंद्रस्थानी असतात त्यात भाग घेणारे रुग्ण आणि त्यांचे स्वास्थ्य व अधिकार अत्यंत कसोशीने जपले जातात. त्यांची उत्तम काळजी घेतली जाते आणि काही वेळेला अजून बाजारात न आलेल्या अतिशय प्रभावी औषधांचा फायदा त्यांना मिळतो. आज भारतात अनेक ठिकाणी महत्त्वाच्या क्लिनिकल ट्रायल चालू आहेत आणि त्यात अनेक रोगी सहभागी होत आहेत. यामुळे कर्करोगाबाबत अतिशय महत्त्वाची माहिती जमते आहे, जिचा भविष्यात नक्कीच उपयोग होईल.

■

लक्ष्य थेरपी

साधारण विसाव्या शतकाच्या शेवटापर्यंत कर्करोगावर इलाज करण्यासाठी किमोथेरपीची जी औषधे वापरात होती त्यांची एक अन् एकच कार्यपद्धती होती आणि ती म्हणजे अमर्याद वाढणाऱ्या पेशींना मारून त्यांचे विभाजन थांबवणे. पण ओल्याबरोबर सुके जळते, या नियमाप्रमाणे ही औषधे शरीरातील आवश्यक निरोगी पेशींनासुद्धा मारक ठरत होती. यातून अनेक दुष्परिणाम उद्‌भवत होतेच आणि फायदाही माफक होत होता. सर्व संशोधकांना हवी होती जादूची गोळी जी कर्करोगावर अत्यंत प्रभावी ठरेल व रोग्याला उपचारात कमी त्रास होईल. हे दिवास्वप्न काही अंशी तरी खरे झाले आहे आणि त्याचीच ही गोष्ट.

आपल्या पेशींच्या केंद्रस्थानी दुहेरी वीण असलेली तेवीस गुणसूत्रे (क्रोमोसोम) असतात, हा शोध १९५३ साली लागला आणि तेव्हापासून वैद्यकीय शास्त्रातील संशोधनाला नवीन कलाटणी मिळाली. गुणसूत्रांची प्रत्येक जोडी आई व वडील यांच्याकडून एक सूत्र घेऊन बनलेली असते आणि त्यांच्यावर हजारो जनुके सामावलेली असतात. पुढील अभ्यास करताना यथावकाश वेगवेगळी जनुके आणि त्यांचा विविध प्रक्रियांशी असलेला संबंध दृग्गोचर होऊ लागला. आपले रंग-रूप, स्वभाव असे गुणधर्म जनुकांमुळे ठरतात, इतकेच नाही तर शरीरातील प्रत्येक क्रिया जनुकांच्या नियंत्रणाखाली आहे हेही समजले. त्या सुरुवातीच्या काळात या बाबतीत अनेक नोंदी केल्या जात होत्या पण त्या माहितीचे महत्त्व अजून नीट कळत नव्हते. त्यापैकी एक म्हणजे रक्ताच्या कर्करोगाच्या पेशींशी संबंधित जनुकात संशोधकांना काही विचित्र बदल दिसले. या परिवर्तनाला त्यांनी ज्या शहरातील संस्थेने हे निरीक्षण केले त्यावरून फिलाडेल्फिया क्रोमोसोम असे नाव दिले. हे बदल का व कशामुळे झाले

आणि त्याचा कर्करोगाशी काय संबंध, असे अनेक प्रश्न यातून निर्माण झाले. पण उत्तरे मिळत नव्हती. पुढे १९७०च्या सुमारास जनुकांच्या विकृतीमुळे (mutations) कर्करोग होतो हे सर्वप्रथम निर्विवादपणे दाखवले गेले. दुसरीकडे जगभर फिलाडेल्फिया क्रोमोसोमवर काम चालू होते. त्यातून कळले की, ही बदल झालेली जनुके एका प्रकारच्या प्रथिनाचे जास्त प्रमाणावर उत्पादन करतात आणि त्यातून त्या विशिष्ट कर्करोगाच्या पेशी पोसल्या जातात. या प्रथिनांची निरोगी पेशींना जराही गरज नसते. म्हणजे जर या दूषित जनुकांचे कार्य थांबवता आले तर कर्करोग आपोआप कह्यात येईल का? विचार अगदी तर्कशुद्ध आणि आकर्षक होता. यापूर्वी कर्करोग नियमनाचा असा कुठलाच भक्कम खात्रीलायक मार्ग दिसला नव्हता. पण हे करायचे कसे?

त्या सुमारास कर्करोगास कारणीभूत अशा जनुकात होणाऱ्या बदलांवर (mutations) पुष्कळ लक्ष केंद्रित झाले होते. यावर काम करणाऱ्या ड्रुकर नावाच्या एका डॉक्टरांनी निश्चय असा केला होता की, नको असलेल्या प्रथिनाचे निर्माण बंद करू शकेल असे औषध कसेही करून आजारी माणसांपर्यंत पोहचवायचे. अखेर सिबा-गायगी या कंपनीतील संशोधकांनी असे एक संयुग शोधले आणि त्याचा उपयोग आधी प्रयोगशाळेत प्राण्यांवर करून पाहिला. तिथे खात्री पटल्यावर १९९८ साली या संयुगांची पहिली फेज १ ची माणसातील चाचणी सुरू करण्यात आली. यात 'क्रॉनिक मायलोइड ल्यूकेमिया' (chronic myeloid leukemia - CML) हा रक्ताचा कर्करोग झालेल्या ३१ रुग्णांना दाखल केले. नवीन चाचणीतील पहिला टप्पा पूर्ण झाल्यावर जेव्हा तपासणी केली तेव्हा विश्वास बसू नये असे अभूतपूर्व निकाल हाती लागले. बहुतेकदा अंदाजे वीस टक्के रोग्यांत काही प्रमाणात सुधारणा दिसावी अशी अपेक्षा असते पण या वेळेला एकूण एक रोग्यांच्या कर्करोगाला संपूर्ण उतार पडला होता आणि त्यातल्या कित्येकांमध्ये रोगाचा मागमूसही राहिला नव्हता. शिवाय दुष्परिणामसुद्धा अगदी बेताचे होते. या औषधाला २००१ साली FDA व त्यानंतर इतर अनेक देशांतील नियामक समितींकडून मान्यता मिळाली आणि ते 'ग्लीव्हेक' या नावाने प्रसिद्ध झाले. फिलाडेल्फिया क्रोमोसोमचा शोध ते त्याच्यावरचे औषध या प्रवासाला चाळीस वर्षे लागली खरी पण शेवटी हजारो लोकांचे भवितव्य उजळले. ग्लीव्हेक येण्यापूर्वी CMLचे फक्त

२५-३० टक्के रोगी पाच वर्षांपर्यंत जगू शकत पण आता ९० टक्क्यांहून जास्त रोगी सहजपणे हा महत्त्वाचा पल्ला गाठतात.

ग्लीव्हेकच्या या अभूतपूर्व यशाने कर्करोगावर काम करणाऱ्या लोकांनाच नाही तर सर्व समाजाला चकित करून टाकले. त्या वर्षी म्हणजे २००१च्या एस्कॉ परिषदेत मुख्य व्याख्यान ग्लीव्हेकबद्दलच होते आणि त्याला अलोट गर्दी लोटली. सुप्रसिद्ध 'टाइम' मासिकाने या औषधाला मुखपृष्ठावर गौरवाची जागा दिली. आसन्नमरण रोगी ग्लीव्हेकची रोज एक साधीशी गोळी घेतल्यावर निरोगी होऊन पुन्हा नेहमीचे आयुष्य जगू लागल्याच्या कहाण्या या औषधाचे 'मॅजिक बुलेट' हे नाव सार्थ असल्याची ग्वाही देत होत्या. या औषधाचे जनक डॉक्टर ड्रुकर यांच्या शब्दांत सांगायचे तर रोग्याला न दमवता कर्करोगाला नामोहरम करणारा हा अचूक उपचार होता.

आज ग्लीव्हेक उपलब्ध होऊन सोळा-सतरा वर्षे झाली आहेत आणि सुरुवातीच्या अनिर्बंध उत्साहाची जागा सावधगिरीच्या आशावादाने घेतली आहे. या कालावधीत ग्लीव्हेकसारखी प्रभावी औषधे बाकीच्या कर्करोगाकरता मिळावीत याकरता अथक प्रयत्न चालू आहेत. आता प्रत्येक कर्करोगाचे प्रकार ठरवताना जेव्हा पेशींची परीक्षा केली जाते तेव्हा जोडीला जनुकांमधील कुठले परिवर्तन (mutation) या वाढीला कारणीभूत असावे याचाही शोध घेतला जातो. याकरता अद्ययावत तंत्रज्ञान वापरून नवीन तपासण्या विकसित करण्यात आल्या आहेत. जर कर्करोग होण्याला किंवा त्याची वाढ चालू ठेवण्यासाठी जबाबदार असे काही टार्गेट किंवा लक्ष्य मिळाले तर मग लगेच त्याच्याविरुद्ध औषध बनवण्याचे अवघड कार्य जोमाने सुरू होते. ज्या निरनिराळ्या कर्करोगांकरता आता लक्ष्य थेरपी मिळू शकते त्यात स्तन, फुप्फुस, आतडे, त्वचा इत्यादी प्रकारांचा प्रामुख्याने समावेश आहे. आतापर्यंतचा लक्ष्य थेरपीचा अनुभव आशादायक आहे. हे उपचार पूर्वीच्या उपायांपेक्षा अधिक गुणकारी असतात पण त्याचबरोबर प्रत्येक औषध रामबाण नसते. लक्ष्य थेरपीकरता काही प्रमुख अडचणी म्हणजे कर्करोगाचे लक्ष्य ठरवणे नेहमीच सोपे नसते. उत्तम लक्ष्य असे की, जे फक्त कर्करोगाच्या पेशींशी संबंधित असावे आणि त्याचा निरोगी पेशींवर काही परिणाम होऊ नये. असे लक्ष्य सापडले तर त्याच्याकरता तपासण्या व औषधे बनवण्यास पुष्कळ वर्षे लागू शकतात. स्तनाच्या कर्करोगासाठी हर्सेप्टीन नावाचे

औषध विकसित करून त्याला मान्यता मिळवण्यास किती त्रास झाला हे समजून घेण्यासाठी 'Living Proof' नावाचा चित्रपट जरूर पाहा. आणि इतके सगळे केले तरी एक मोठी समस्या उभी राहू शकते; कर्करोगाच्या पेशी त्यांची कार्यपद्धती बदलतात आणि पर्यायाने शोधलेले लक्ष्य निरुपयोगी करून टाकतात. त्यामुळे या उपचारांचा परिणाम होणे थांबते. काही टार्गेट अपेक्षेप्रमाणे वागत नाहीत, प्रतिसाद देत नाहीत. अशा वेळेला लक्ष्य थेरपी व किमोथेरपी जोडीने दिली तर जास्त उपयोग होतो. भारतासारख्या देशात सगळ्या भागांतून ही औषधे कदाचित सहज मिळणार नाहीत किंवा फार महाग असू शकतात. अशा वेळेला काही रुग्ण क्लिनिकल चाचणीमधून हे उपचार घेऊ शकतील.

थोडक्यात सांगायचे तर लक्ष्य थेरपीमुळे लक्षणीय प्रगती झाली आहे आणि त्यातील आव्हानांवर मात करण्यासाठी संशोधन चालू आहे. आज फक्त लक्ष्य थेरपी वापरून मोजकेच कर्करोग बरे होऊ शकतात. पण निरोगी पेशींना इजा होऊ न देता कर्करोगाच्या पेशींना लक्ष्य करून मारण्याचा या थेरपीचा तार्किक पवित्रा अगदी योग्य आहे. कर्करोगाच्या पेशींमध्ये होणाऱ्या विशिष्ट बदलांविषयीच्या ज्ञानात जशी भर पडत जाईल त्यानुसार लक्ष्य थेरपी अधिकाधिक यशस्वी होताना दिसेल.

■

प्रतिक्षमता उपचारपद्धती

कर्करोगासाठी लक्ष्य म्हणजे टार्गेटेड थेरपी विकसित झाली आणि काही प्रकारच्या रुग्णांना जीवदान मिळाले. पण फक्त काही रुग्णांनाच. अजूनही कितीतरी प्रकारच्या कर्करोगांसाठी प्रभावी उपाय शोधणे बाकी आहे आणि म्हणूनच त्यावरचे संशोधन सतत चालू आहे. लक्ष्य थेरपीनंतर कर्करोगाच्या उपचाराकरता सगळ्यात प्रगत संशोधन काय चालले आहे हे मला वाचकांपर्यंत पोहचवायचे आहे. हा विषय समजायला क्लिष्ट व गहन असला तरी मी तो शक्य तितका सोपा करून मांडते आहे. माझी इच्छा आहे की तुम्हाला आजमितीला उपलब्ध असलेली सर्व माहिती निदान जुजबी स्वरूपात द्यावी. सगळे कळले नाही तरी हरकत नाही, निदान हे शब्द आणि कल्पना तुमच्यासाठी अनोळखी राहणार नाहीत.

आज कर्करोगाच्या उपचारात सर्वात अग्रेसर आणि महत्त्वाची आहे ती immune किंवा प्रतिक्षमता थेरपी. ही थेरपी आपल्या शरीरातील रोगप्रतिकारक शक्तीशी निगडित आहे. प्रत्येक जिवंत प्राण्याला वातावरणातील असंख्य जंतू आणि विषाणू यांच्याशी सामना करून निरोगी राहण्यासाठी एक विशेष ताकद मिळालेली असते. शरीराच्या संरक्षणाकरता असलेली ही एक फौजच म्हटले तर जास्त योग्य होईल. या यंत्रणेला अनेक थर असतात आणि त्याबरोबर तिचे कार्य अधिकाधिक गुंतागुंतीचे होत जाते. यातील सर्वात बाह्य आणि परिचित भाग म्हणजे देहावरील त्वचेचे आवरण. अगदी लहान किड्यांपासून माणसापर्यंत सर्वांना असे बाहेरचे चामडीचे कवच असते; जे घाण व त्यातील जीवजंतूंना आत शिरण्यापासून अडवते. काही वेळेला त्वचा स्राव निर्माण करते आणि त्यामळे जंतू शरीरात प्रवेश करू शकत नाहीत. नाकातील ओलसर अस्तर आणि त्यावरचे सूक्ष्म केस असे काम सतत करत असतात. तरीही जंतू, विषाणू आणि इतर

काही घातक पदार्थ आत घुसतात. असे झाले की शरीराच्या आत असलेली सेना या शत्रूचा मुकाबला करायला सज्ज होते. या यंत्रणेत अनेक इंद्रिये, उती (tissue), पेशी यांचा समावेश असतो आणि त्यांच्या कार्यक्षेत्रातून शरीराचा कुठलाच भाग सुटत नाही. उदाहरणार्थ, जर काही जंतू उघड्या जखमेतून अंगात शिरले तर रक्तातील पांढऱ्या पेशींना त्याचा सुगावा लागतो. मग काही विशेष पेशींना ही खबर दिली जाते आणि त्याचा परिणाम म्हणून जंतूंना कोंडीत धरले जाते व त्याचबरोबर या जंतूंना नष्ट करणारी प्रतिद्रव्य प्रथिने (antibody) निर्माण केली जातात. एकदा बनवलेली प्रतिद्रव्ये या पेशी लक्षात ठेवतात व पुन्हा हे जंतू दिसले तर अधिक त्वरेने आणि जोमाने त्यांना मारू शकतात. रोगांवर लस बनवण्यासाठी पेशींच्या याच गुणधर्माचा उपयोग यशस्वीरीत्या केला गेला आहे. अशा तऱ्हेने अनोळखी व हानिकारक गोष्टी ओळखून त्यांचा नायनाट करणे आणि त्याद्वारे शरीराचे रोगराईपासून रक्षण करणे हे रोगप्रतिकारशक्तीचे कार्य आहे. ही शक्ती कार्यक्षम ठेवण्यास काही प्रमाणात आपल्या सवयी कारणीभूत असतात. सकस आहार, व्यायाम यामुळे रोगप्रतिकारशक्ती वाढण्यास मदत होते तर अनियमित झोप व मानसिक ताण अशा कारणांनी वारंवार आजारी पडण्याची शक्यता वाढते.

कर्करोगावर संशोधन करताना सुरुवातीला हा प्रश्न अनेक जणांनी विचारला की, अशी त्रासदायक गाठ शरीरात वाढत असताना रोगप्रतिकारशक्ती विरोध का करत नाही? यावर उत्तर असे आहे की जंतू आणि इतर गोष्टी नष्ट करण्याचे सामर्थ्य असलेल्या या पेशींनी देहाच्या अंतर्गत असणाऱ्या स्वतःच्याच आवश्यक पेशींना चुकून इजा पोचवू नये याकरता निसर्गाने मोठी युक्ती केली आहे. जसे घरांवर ओळखीसाठी क्रमांक असतात त्याप्रमाणे सर्व पेशींवरसुद्धा खुणा (molecular marker) असतात. त्यामुळे रोगप्रतिकारक संस्थेच्या पेशी त्यांना परिचित व आपल्या म्हणून ओळखतात आणि त्यांच्यावर हल्ला करीत नाहीत. मी सुरुवातीला सविस्तर लिहिले आहे की कर्करोगाच्या पेशी या बाहेरून येत नाहीत तर आपल्याच पेशी चुकार होऊन अनिर्बंध वाढीचा मार्ग अवलंबू लागतात आणि त्यातून कर्करोगाची गाठ बनते. प्रतिकारशक्तीच्या सेनेला या पेशी अपायकारक किंवा अनोळखी असल्याचे कळतच नाही आणि म्हणून त्यांना मारण्यासाठी काही केले जात नाही आणि कर्करोगाच्या पेशी बिनविरोध वाढत राहतात. अशा कारणांनी अंगभूत रोगप्रतिकारशक्ती

वापरून पूर्वी केलेले कर्करोगाचे उपाय यशस्वी झाले नाहीत आणि त्यामुळे या विषयाबद्दल काहीशी उदासीनता होती.

मागील पंधरा-वीस वर्षांत कर्करोगाच्या पेशींचे स्वरूप, त्यांच्या कार्य करण्याच्या पद्धती आणि रोगाला कारणीभूत असलेले त्यांच्या जनुकात होणारे बदल या संदर्भातील ज्ञानात खूप प्रगती झाली आहे. यातून समजलेल्या अत्यंत महत्त्वाच्या गोष्टी अशा की कर्करोगाच्या पेशी या अगदी हुबेहूब निरोगी पेशीसारख्या नसतात तर त्यांच्या पृष्ठभागावर असलेल्या काही विविक्षित प्रथिनांमुळे त्या वेगळ्या ओळखता येतात. याशिवाय कर्करोगाच्या पेशी कित्येकदा विशेष प्रथिनांची ढाल बनवून त्यांच्यावर होणारे हल्ले चुकवितात. या माहितीच्या आधारे ज्या नवीन उपचारांचा विकास झाला त्यात शरीराची नैसर्गिक संरक्षण प्रक्रियाच अधिक मजबूत करून कर्करोग नामोहरम करण्याचे तंत्र वापरले जात आहे. या उपचारपद्धतीला प्रतिक्षमता थेरपी (Immuno Oncology) असे म्हणतात. इथेही उद्देश किमोथेरपीसारखेच आहेत; कर्करोगाच्या पेशींची वाढ रोखणे आणि त्यांना शरीरात इतरत्र पसरण्यापासून थांबवणे. त्यातील मुख्य मार्ग म्हणजे कर्करोग पेशी शरीराच्या संरक्षण पेशींपासून स्वतःच्या बचावासाठी किंवा लपण्यासाठी काय प्रथिने निर्माण करतात हे शोधून त्याला विरोध करणारी प्रतिद्रव्ये बनवणे. या तत्त्वावर आधारित अनेक औषधांना नियामक मंडळाकडून गेल्या काही वर्षांत संमती मिळाली आहे.

प्रतिक्षमता थेरपीमधील काही उपचारांना जैविक थेरपी असेही म्हणतात. कारण यात जीवजंतू किंवा नैसर्गिक घटक वापरले जातात. असा एक अभिनव प्रयोग म्हणजे रोग्याच्या शरीरातील विशिष्ट रक्तपेशी बाहेर काढून त्यांना कर्करोग पेशींना ओळखून मारण्याचे प्रशिक्षण देतात आणि मग रोग्याच्या शरीरात परत घालतात. या प्रक्रियेचा वापर करून उपचार देण्यास नुकतीच सुरुवात झाली आहे. या उपचारात सजीव पेशींचा उपयोग कर्करोग पेशींना मारण्यासाठी करत असल्यामुळे याला जिवंत औषध (living drug) असेही म्हणतात. वैद्यकीय भाषेत याचे नाव CAR-T असे आहे आणि २०१८ साली याच्या वापराला FDA ने मान्यता दिली आहे. या उपचारांनी अत्यंत आशादायी सुधारणा होऊन कित्येक माणसे रोगमुक्तही झाली आहेत. परंतु सध्या तरी हे इलाज लिम्फ ग्रंथीचे काही कर्करोग व रक्तातील लिम्फ पेशींचा कर्करोग

याकरताच उपलब्ध आहेत. हे उपचार अत्यंत महाग आहेत आणि सर्व किचकट गुंतागुंतीची प्रक्रिया पूर्ण करण्यास खूप वेळ लागतो.

देवी किंवा पोलियो या रोगांचे जसे लस देऊन उच्चाटन झाले तसे कर्करोगाकरता जमेल का? आत्ता तरी एकच प्रतिबंधक लस उपलब्ध आहे. HPV नावाच्या विषाणूच्या संसर्गाने स्त्रियांमध्ये योनी व गर्भाशयाचे मुख, पुरुषांमध्ये त्यांचे लिंग आणि स्त्री-पुरुष दोघांमध्ये गुदद्वार, घसा, जीभ इत्यादींचे कर्करोग होऊ शकतात. जर या विषाणूचा संसर्ग होण्याआधी, म्हणजे लहान वयात साधारण नऊ ते तेरा वर्षे या दरम्यान लस दिली तर कर्करोगाचा प्रतिबंध होतो.

प्रोस्टेट ग्रंथीचा कर्करोग झाल्यावर रोग्याच्या शरीरातील पेशी घेऊन त्यापासून एक प्रकारची लस (vaccine) बनवतात. तसेच क्षय म्हणजे TBसाठी असलेली BCG लस मूत्राशयाच्या कर्करोगात इलाज म्हणून वापरतात. यातील कुठचे उपाय कुठच्या रुग्णांना उपयोगी पडतील हे त्यांच्या डॉक्टरांनी ठरवणे योग्य आहे.

प्रतिक्षमता थेरपीची निरनिराळ्या फार्मा कंपन्यांची पाच-सात औषधे कित्येक प्रकारच्या कर्करोगांसाठी मंजूर झाली आहेत. ही उपचारपद्धती अजून नवी असली तरी गुणकारी सिद्ध होते आहे आणि त्यामुळे त्यांचा वापर वाढतो आहे. आतापर्यंतच्या अनुभवाप्रमाणे जर ही औषधे लागू पडली तर ती कमालीची प्रभावी ठरतात. शिवाय ती जैविक व कर्करोग पेशींनाच मारणारी औषधे असल्यामुळे दुष्परिणाम कमी होतात. ज्या रुग्णांमध्ये उत्तम यश मिळाले त्यात त्वचा, मूत्रपिंड, फुप्फुस, मूत्राशय इत्यादी कर्करोगांचा समावेश आहे. इथे मला दोन सावधगिरीच्या सूचना द्यायच्या आहेत. एक म्हणजे प्रत्येक रोग्याला इतका फायदा होईल याची खात्री नाही आणि दुसरे म्हणजे जेव्हा आराम पडतो तो किती काळ टिकेल; यातून पुढे काही समस्या उद्भवतील का याची उत्तरे मिळायला अनेक वर्षे लागतील. ही उपचारपद्धती अजून आरंभिक स्थितीत असल्याने सर्व प्रकारच्या कर्करोगासाठी भारतातच काय पण पाश्चात्त्य जगातसुद्धा प्रचलित नाही. हे विवेचन मुख्यत्वे कर्करोगावरचे संशोधन कुठच्या दिशेने जात आहे याचा परिचय करून देण्यासाठी केले आहे. जर आवश्यकता भासली तर इलाज करणाऱ्या डॉक्टरांशी याबद्दल बोलून निर्णय घेणे उचित ठरेल.

■

स्तनाचा कर्करोग

अनादी काळापासून जगभरच्या कवी आणि लेखकांनी अतिशय काव्यात्म रीतीने वर्णन केलेले सौंदर्यस्थळ म्हणजे स्त्रीचे वक्षस्थळ. तारुण्यात सौंदर्याचे प्रतीक असलेले स्तन मातृत्वानंतर पान्ह्याने भरलेले ऊर होऊन बाळाचे पोषण करतात. प्रीती आणि ममता या दोन्ही भावनांशी निगडित असा हा अवयव म्हणजे निसर्गाच्या करामतीची कमाल आहे. परंतु दुर्दैवाने या वक्षांवर कर्करोगाच्या भीतीचे सावट दबा धरून असते. स्तनामध्ये कर्करोग का व कसा होतो याबद्दल अधिक माहिती मिळाल्यास या रोगाविषयी गैरसमज कमी होतील आणि प्रतिबंधक उपाय करता येतील.

इतिहासात फार पूर्वी म्हणजे इसवी सनाच्या सोळाशे वर्षे आधी इजिप्तमध्ये स्तनाच्या कर्करोगाचा सर्वप्रथम उल्लेख सापडतो. या कर्करोगाची गाठ शरीराच्या बाह्य भागावर असल्यामुळे सहज लक्षात येऊन याची कारणे, लक्षणे, इलाज यावर पुष्कळ विचार व ऊहापोह झाला आहे. प्राचीन कालखंडापासून मध्य युग आणि आताच्या प्रगत काळापर्यंत स्तनाचा कर्करोग का होतो आणि त्यावर काय उपचार करावेत याबद्दलची मते सतत बदलत गेली आहेत. यातील कित्येक समज नवीन ज्ञानाच्या आधारे आता कालबाह्य झाले आहेत.

आजच्या काळात बायकांमध्ये स्तनाचा कर्करोग जगात सर्वत्र प्रामुख्याने आढळतो. परंतु याचे प्रमाण सगळीकडे समान दिसत नाही. विकसित श्रीमंत देशातील स्त्रियांना स्तनाचा कर्करोग मोठ्या संख्येने होत असल्यामुळे या रोगावर खूप संशोधन व अभ्यास झाला आहे. भारतासारख्या विकसनशील देशातही स्तनाचा कर्करोग उद्‌भवतो आणि त्याचे प्रमाण वाढत चालले आहे. भारतातील कर्करोग झालेल्या दोनशे

बायकांमध्ये साधारण पन्नासजणींना स्तनाचा कर्करोग आढळतो. World Health Organization (WHO) कडून प्रसिद्ध झालेल्या जागतिक माहितीनुसार या रोगाच्या वर्षाला सुमारे सतरा लाख नवीन cases नोंदवल्या जातात. लहान मुलींना स्तनाचा कर्करोग होत नाही. वयाच्या विसाव्या वर्षीदेखील शक्यता फार कमी असते पण त्यानंतर एकवीसपासून बाईची मासिक पाळी बंद होईस्तोवर प्रत्येक दशकाला स्तनाचा कर्करोग होण्याचा धोका दुप्पट होत जातो. उतारवयात म्हणजे ५५ ते ६० नंतरदेखील ही शक्यता कायम राहते पण अधिक वाढत नाही. त्यामुळे स्तनाच्या कर्करोगाचे अधिकांश रुग्ण ४० ते ७० या वयोगटात दिसून येतात. यातील बहुतेक रुग्ण स्त्रिया असल्या तरी आश्चर्याची गोष्ट म्हणजे पुरुषांमध्येदेखील स्तनाचा कर्करोग अल्प प्रमाणात दिसून येतो. पुरुषांना होणारा स्तनाचा कर्करोग, त्याचे प्रकार, कारणे व उपचार हे सगळे बायकांपेक्षा वेगळे असतात.

स्तनाचा कर्करोग म्हणजे स्तन या अवयवात मूळ असणारा कर्करोग. पण हा एक रोग नसून यात अनेक प्रकारचे रोग समाविष्ट आहेत. मी या आधी विस्ताराने लिहिले आहे की, पेशींच्या जनुकात बदल होऊन त्या अनिर्बंध वाढतात आणि त्यामुळे कर्करोगाची गाठ निर्माण होते. स्तनामध्ये अनेक प्रकारच्या पेशी असतात आणि त्यातल्या कुठल्या पेशींपासून गाठ तयार होईल यावर कर्करोगाचे स्वरूप अवलंबून असते. जेव्हा मुलगी तारुण्यात येते तेव्हा तिच्या शरीरात अनेक हार्मोन उत्पन्न होऊ लागतात. या हार्मोन स्रावांच्या परिणामाने वक्षस्थळ वाढू लागते. पूर्ण वाढीच्या स्तनाची रचना काहीशी द्राक्षाच्या घडासारखी दिसते. यात प्रामुख्याने दूध निर्माण करण्याची क्षमता असणाऱ्या पेशींचे पुंजके असतात आणि त्यांना जोडतात दूध स्तनाग्रापर्यंत पोहचवणाऱ्या वाहिन्या. शिवाय रक्तवाहिन्या, लिम्फ वाहिन्या, स्नायू आणि मेद पेशी यादेखील स्तनामध्ये ठळकपणे दिसतात.

स्तनाच्या कर्करोगाचे सर्वात महत्त्वाचे लक्षण म्हणजे त्यात तयार होणारी गाठ. जरी प्रत्येक गाठ कर्करोगाची नसली तरी दुर्लक्ष करणे योग्य नाही. गाठीतील पेशी काढून (biopsy) त्या कशा दिसतात हे सूक्ष्मदर्शक वापरून बघतात. यामुळे सर्वप्रथम गाठ कर्करोगाची आहे की नाही हे समजते. जर कर्करोगाचे निदान असले तर या पेशींचा उगम स्तनातील कुठल्या उतींमध्ये (tissue) आहे हे ठरवले जाते. स्तनातील ७५ ते ८०

टक्के कर्करोग दूध वाहिन्यातील (ductal) पेशींमध्ये उद्‌भवतो. काही वेळेला रोगाची व्याप्ती त्या वाहिनीपुरती मर्यादित असते आणि त्यामुळे गाठ काढून टाकल्यावर पुढे काही धोका राहत नाही. यानंतर महत्त्वाचा प्रकार म्हणजे दूध निर्माण करणाऱ्या पेशींपासून होणारे स्तनाचे कर्करोग; यांचे प्रमाण ५ ते १५ टक्के असते. बाकी प्रकारच्या स्तनातील कर्करोगाचे प्रमाण अत्यल्प आहे.

कुठल्या प्रकारचा कर्करोग आहे हे पॅथॉलॉजी तपासणीमधून ठरवताना या पेशींमध्ये किती बदल झाला आहे हेसुद्धा बघितले जाते. कर्करोगाची गाठ पसरून स्तनाच्या बाहेर वाढ झाली असेल तर जास्त जालीम उपचार करणे आवश्यक असते. त्यामुळे शरीरात कर्करोग पसरला आहे का हे बघण्यासाठी सीटी स्कॅन व इतर काही तपास आवश्यकतेनुसार केले जातात. या सर्व माहितीचा एकत्रित साकल्याने विचार करून कर्करोग कुठल्या स्टेजला आहे; किती वेगाने वाढेल आणि त्यावर कुठले उपचार प्रभावी होतील हे ठरवण्यास डॉक्टरांना मदत होते.

अनेक संशोधक व डॉक्टर यांच्या अथक प्रयत्नांमुळे स्तनाच्या कर्करोगाबद्दलचे ज्ञान वाढले आहे. आता केवळ पेशी कशा दिसतात, अशी साधी पॅथॉलॉजी तपासणी होत नाही तर या पेशींवर इस्ट्रोजेन व प्रोजेस्ट्रॉन अशा हार्मोनचा काही परिणाम होतोय का, याचा तपास करतात. हल्ली पेशींमधील कुठच्या जनुकात बदल झाल्यामुळे (mutation) कर्करोगाची गाठ उद्‌भवली हे ठरवणे शक्य झाले आहे व त्यातून हा कर्करोग आनुवांशिक कारणांमुळे झाला असेल का हे समजते. स्तनाच्या कर्करोगग्रस्त पेशींवर हार्मोनशी संबंधित किंवा इतर काही प्रकारची प्रथिने (receptors) जास्त प्रमाणात दिसतात. यातील हार्मोन रिसेप्टर पॉसिटिव्ह किंवा HER2 पॉसिटिव्ह असे शब्द तुम्ही ऐकलेसुद्धा असतील. आता प्रत्येक रुग्णासाठी हा तपास करून त्या रिसेप्टरप्रमाणे स्तनाच्या कर्करोगाची वर्गवारी (type) ठरवतात आणि मग त्यानुसार योग्य असे लक्ष्य थेरपीचे औषध देतात. अशी लक्ष्य थेरपीची औषधे शस्त्रक्रिया करण्याच्या आधी किंवा नंतरही दिली जातात व त्यामुळे स्तनाचा कर्करोग प्रभावीपणे काबूत ठेवण्यात खूप प्रगती झाली आहे.

स्तनाच्या कर्करोगासाठी बहुतांश वेळेला शस्त्रक्रिया करून गाठ काढणे हा सर्वात प्रथम उपचार असतो. पूर्वी कर्करोग पुन्हा वाढू नये म्हणून संपूर्ण स्तन अगदी खालच्या स्नायूपर्यंत काढत असत. आता फक्त

गाठ काढतात, जवळच्या लिम्फ ग्रंथी काढून कर्करोग पसरला आहे का याची तपासणी होते आणि त्यानुसार पुढील इलाज करतात. बऱ्याच वेळेला शस्त्रक्रियेनंतर किमोथेरपी अथवा रेडिओ थेरपी दिली जाते. याचे कारण असे की, काही पेशी निसटून गेल्या असतील वा शरीरात इतरत्र कुठे गेल्या असतील तर त्यांचा नायनाट व्हावा. तरुण बायकांमधील कर्करोगाच्या पेशी संप्रेरकांमुळे जोमाने वाढण्याची शक्यता असते. अशा वेळेला स्तनातील गाठ काढून जोडीला बीजांडकोश काढण्याचा प्रघात आहे. त्याने संप्रेरके निर्माण होण्यास आळा बसतो. कर्करोग पुन्हा वाढू नये म्हणून संप्रेरकांच्या विरोधातील औषधे दिली जातात. अशी औषधे शस्त्रक्रिया करून नंतर बरीच वर्षे चालू ठेवतात. अखेरीस प्रत्येक रुग्णाला काय इलाज करावेत हे तिचे वय, तब्येत, कर्करोगचा प्रकार व स्टेज या आणि अशा बऱ्याच गोष्टींवर अवलंबून असते आणि हे फक्त तिच्या डॉक्टरांनी ठरवणे योग्य आहे.

कर्करोगामध्ये औषधोपचारांचा परिणाम पाच वर्षे आणि दहा वर्षे जीवन प्राप्ती या मापाने मोजतात. जर रुग्ण निदानानंतर पाच वर्षे जिवंत राहिला तर उपाय गुणकारी होते आणि जर दहा वर्षे जिवंत राहिला तर रोगमुक्त झाला असे समजतात. कित्येक प्रकारच्या कर्करोगामध्ये हा पाच वर्षांचा टप्पा गाठणे अवघड असते परंतु या बाबतीत स्तनाचा कर्करोग आघाडीवर आहे. ह्या रोगासाठी पाच वर्षे जीवनप्राप्तीचे प्रमाण ९० टक्के आणि १० वर्षांसाठी ८३ टक्के आहे. ही सारासार शक्यता असली तरी रोगाच्या स्टेजनुसार त्यात फरक पडतो. जर कर्करोग स्तनापुरता मर्यादित असेल तर पाच वर्षे जगण्याचे प्रमाण ९९ टक्के इतके वाढते, जर रोग लिम्फ ग्रंथींपर्यंत पोहचला असेल तर ते ८५ टक्के होते आणि जर स्तनाच्या बाहेर पसरला असेल तर २६ टक्के इतके कमी होते. ही आकडेवारी प्रगत देशातील माहितीवर अवलंबून आहे आणि भारतात कदाचित हे प्रमाण काही अंशी कमी होईल. तरी पण महत्त्वाचे मुद्दे असे की, स्तनाच्या कर्करोगासाठी अनेक गुणकारी उपचार उपलब्ध आहेत आणि हा रोग लवकर लक्षात येऊन त्यावर इलाज झाले तर त्यातून बरे होण्याची शक्यता उत्तम आहे. त्यामुळेच आज लाखो बायका या आजारातून संपूर्ण बऱ्या होऊन सक्रिय आयुष्य जगत आहेत.

आता शेवटचा महत्त्वाचा प्रश्न असा की, स्तनाचा कर्करोग होण्याची कारणे काय? रिस्क फॅक्टर म्हणजे धोका घटक हे कुठलाही आजार

होण्याची संभावना वाढण्यास कारणीभूत असतात. याचा अर्थ हे धोका घटक असलेल्या प्रत्येक व्यक्तीला तो रोग होईलच असे नाही तर त्या व्यक्तीमध्ये रोग होण्याची शक्यता बळावते. स्तनाच्या कर्करोगाचे मुख्य धोका घटक म्हणजे वाढते वय, ५० ते ६५ या वयात शक्यता जास्त असते. स्वतःला एका स्तनाला कर्करोग झाला असला अथवा जवळच्या स्त्रियांना, आई, बहीण वगैरे नातलग स्त्रियांना स्तनाचा कर्करोग झाला असेल तर धोका वाढतो. काही वेळेला जनुकांमध्ये आनुवांशिक दोष असल्यामुळे कर्करोग उद्‌भवतो. यातील BRAF सारखे काही दोष (म्युटेशन) सर्वपरिचित झाले आहेत. उशिरा मूल होणे, कधीही स्तनपान न देणे, बाह्य संप्रेरकांचे उपचार यांचाही स्तनाच्या कर्करोगाशी संबंध दिसून आला आहे. अलीकडे राहणीमान आणि स्तनाच्या कर्करोगाची जोखीम यावर बरेच संशोधन झाले आहे. त्यात असा निष्कर्ष निघाला की, प्रगत श्रीमंत समाजात या कर्करोगाचे प्रमाण वाढते आहे, याला कारण तिथली सुखवस्तू राहणी आणि त्यातून निर्माण होणारा स्थूलपणा असू शकतो. तसेच आधुनिक बायकांमधील वाढते मद्यपानदेखील स्तनाच्या कर्करोगाशी जोडले गेले आहे.

स्तनाच्या कर्करोगाचा पूर्ण प्रतिबंध करण्याचा खात्रीचा मार्ग नसला तरी त्याचा धोका कमी करण्यासाठी खूप गोष्टी करता येतील. अमेरिकेतील अत्यंत प्रसिद्ध मेयो क्लिनिकमधून स्तनाचा कर्करोग टाळण्यासाठी काय करावे याबद्दल म्हटले आहे की, प्रतिबंधक उपायांची सुरुवात आरोग्यदायी दिनचर्येतून होते. कौटुंबिक अथवा वांशिक गुणदोष बदलता येत नाहीत परंतु चांगल्या सवयीतून कर्करोगाची जोखीम खूप कमी होऊ शकते. यात मद्य व धूम्रपान यापासून दूर राहणे आणि सक्रिय राहून शरीर धडधाकट म्हणजे फिट ठेवणे, हे अग्रस्थानी आहे. सकस आहार व शारीरिक हालचाल आणि वयानुसार योग्य वजन ठेवले तर त्यामुळे कर्करोग दूर ठेवण्यास पुष्कळ फायदा होतो. मूल झाल्यास स्तनपान देणे, बाह्य संप्रेरकांचे उपचार मर्यादित ठेवणे आणि प्रदूषण व किरणोत्सर्ग यापासून लांब राहणे या सगळ्यामुळे कर्करोगाची शक्यता उणावते. आजच्या काळात मिळणाऱ्या कुटुंबनियोजनाच्या गोळ्या व लूप यात संप्रेरकांची पातळी कमीतकमी असते. या गोष्टींमुळे कर्करोग होण्याची जोखीम बहुतेक स्त्रियांच्या बाबतीत नगण्य असली तरी बिलकूल नाही असे नाही. म्हणून वेळोवेळी तपासणी करून सावध राहणे आणि

गरज वाटेल तेव्हा डॉक्टरांचा सल्ला घेणे योग्य ठरेल. आणखी एक महत्त्वाची सूचना म्हणजे जर मॅमोग्रॅमची सोय उपलब्ध असेल तर तो वेळेवर करून घेणे. आणि ते शक्य नसले तरी नियमितपणे स्वतः स्तनाची हाताने तपासणी करणे. गाठ लहान असताना लक्षात येऊन उपचार केले तर स्तनाचा कर्करोग पूर्ण बरा होऊ शकतो. अशा तऱ्हेने आपल्या जीवनपद्धतीत छोटे सकारात्मक बदल करून या आजाराच्या संकटापासून दूर जाण्याचा प्रयत्न करणे याच्यातच शहाणपण आणि आपली भलाई आहे.

■

फुप्फुसाचा कर्करोग

श्वास म्हणजे जिवंतपणाची ग्वाही. नवजात बालकाने पहिला श्वास घेईपर्यंत त्याचे जीवन सुरू होत नाही आणि शेवटचा श्वास संपेस्तोवर मानवाचे आयुष्य संपत नाही. प्राण्याच्या जड देहात प्राण फुंकणारा हा श्वास! अखंड चालू असणाऱ्या या श्वसनाचे अस्तित्व कधीतरी जोमाने हालचाल केली अथवा आपण घाबरलो तरच आपल्या लक्षात येते आणि श्वास लागला, म्हणून आपण घाबरेघुबरे होतो. परंतु फुप्फुसाचा कर्करोग होतो तेव्हा या श्वासालाच माणूस महाग होतो.

नाकाने शुद्ध हवा आत घेऊन अशुद्ध हवा बाहेर सोडणे म्हणजे श्वसन. या क्रियेकरता अत्यंत महत्त्वाची इंद्रिये म्हणजे नाक, श्वासनलिका व फुप्फुसे. श्वसनसंस्थेचे मूलभूत काम हे शरीरात निर्माण झालेला अशुद्ध कार्बनडायॉक्साइड वायू काढून आवश्यक प्राणवायू पुरवणे हेच आहे. ही जीवनाला अत्यावश्यक असलेली प्रक्रिया अशी असते : नाकाने श्वासामार्फत घेतलेली शुद्ध हवा श्वासनलिकेतून फुप्फुसात पोहचवली जाते. छातीच्या दोन्ही बाजूंना असलेली फुप्फुसे म्हणजे हवेने भरलेल्या पोकळ पिशव्यांसारखी इंद्रिये आहेत. फुप्फुसांच्या आतमध्ये मोठ्या नलिकांचे जाळे हळूहळू बारीक होत जाते आणि सरतेशेवटी या शाखा इतक्या लहान होतात की डोळ्यांना दिसू शकत नाहीत. या अतिसूक्ष्म टोकांच्या शेवटी तलम फुग्यांसारखे झुबके असतात. त्यांना इंग्रजीमध्ये अल्वेओली (alveoli) असे नाव आहे. इथेच रक्तवाहिन्यांतून दूषित कार्बनडायॉक्साइड वायू घेऊन त्या जागी प्राणवायू देण्याची अदलाबदल होते. शुद्ध झालेले रक्त मग हृदयात जाऊन तिथून शरीराला पुरवण्यात येते. नको असलेला कार्बनडायॉक्साइड वायू उच्छ्‌वासातून नाकाने बाहेर फेकला जातो. आपल्या नकळत प्रत्येक मिनिटाला पंधरा ते वीस वेळा

रात्रंदिवस आपण श्वासोच्छ्‌वास करतो आणि अशा तऱ्हेने शरीराची भट्टी बिनचूक चालू राहते.

श्वसनसंस्थेतील नाक, घसा आणि मुख्य श्वासनलिका मोकळ्या असतील, त्यामध्ये काही सूज किंवा स्राव नसेल तर श्वास घेणे सुकर होते. जंतुसंसर्ग, ॲलर्जी किंवा काही बाह्य कारणांमुळे श्वसनसंस्थेतील कुठल्याही भागाला झालेली इजा यामुळे अनेक आजार उद्‌भवतात. त्यांपैकी दमा, क्षयरोग, न्युमोनिया असे काही परिचित रोग आणि इतरही काही कमी प्रमाणात होणारे आजार हे सगळेच गंभीर व जीवावर बेतणारे असतात. या सर्वात भीतिदायक वाटणारा रोग म्हणजे फुप्फुसाचा कर्करोग. हा एक विशिष्ट रोग नसून यात कित्येक प्रकार सामावलेले आहेत पण त्या सगळ्यामागे इतर कर्करोगांसारखेच कारण आहे, ते म्हणजे पेशीतील जनुकात बदल झाल्यामुळे (mutation) पेशींची झालेली अनियंत्रित वाढ. फुप्फुसाच्या कर्करोगाच्या बाबतीत जनुकातील बदल हे बहुतेक वेळा पेशींचा अपायकारक गोष्टींशी संपर्क आल्यामुळे घडतात. खरेतर निसर्गाने असे धोके टाळण्यासाठी बरेच सुरक्षा उपाय योजले आहेत. आपले घ्राणेंद्रिय खराब वस्तूंचे वास चटकन ओळखते आणि आपण अशा जागी श्वास घेणे टाळतो. आपल्या नाकातील केस आणि ओलसर त्वचा आत जाणाऱ्या हवेतील घाण धरून ठेवतात. श्वासनलिका आणि पुढच्या लहान श्वासनलिका यांनादेखील आतून लव असते आणि त्या चिकट स्राव (mucus) उत्सर्जित करत असतात. त्याचा उपयोग आत शिरलेली धूळ, जंतू, विषाणू अशांसारखे लहान कण गाळून टाकण्यास होतो. क्वचित खोकल्याद्वारेसुद्धा आत शिरलेला कचरा बाहेर फेकला जातो.

जागतिक स्तरावर आणि भारतातदेखील पुरुषांमध्ये फुप्फुसाच्या कर्करोगाचा प्रादुर्भाव सर्वात जास्त आहे. हा कर्करोग वयाच्या विशीच्या आधी दुर्मीळ असतो आणि चाळिशीपर्यंतसुद्धा क्वचित आढळतो. मात्र चाळिशीनंतरच्या वयात याचे प्रमाण खूप वाढते. ज्या पेशींमुळे कर्करोगाची गाठ तयार होते त्यावरून फुप्फुसाच्या कर्करोगाचे दोन मुख्य प्रकार ठरवले जातात. यात सुमारे ८० टक्के रोग 'Non Small Cell Lung Cancer' अथवा NSCLC प्रकारचा असतो. यामध्येही पेशींच्या गुणधर्मावरून पुढे वर्गीकरण केले जाते. दुसरा मुख्य प्रकार म्हणजे 'Small Cell Lung Cancer' अथवा SCLC. याचे प्रमाण १२ ते १५ टक्के

असते. झपाट्याने वाढणारा हा प्रकार शरीरात पटकन पसरतो आणि हमखास धूम्रपानाशी संबंधित असतो. काही इतर प्रकारचे फुप्फुसामध्ये होणारे कर्करोग अल्प प्रमाणात आढळतात.

फुप्फुसाच्या कर्करोगाचे उपचार रोगाचा प्रकार व अवस्था (स्टेज) यांवर अवलंबून असतात. रोग प्राथमिक अवस्थेत असेल तर शस्त्रक्रिया केली जाते. फुप्फुसाच्या कर्करोगासाठी बहुतेक वेळेला किमोथेरपी आणि रेडिएशन वापरले जाते. काही वर्षांपूर्वी हे सगळे इलाज करूनही रोगी फार काळ जगत नसत. आता लक्ष्य थेरपी व प्रतिक्षमता थेरपी यांच्या प्रगतीमुळे फुप्फुसाच्या कर्करोगाच्या रुग्णांना बराच फायदा झाला आहे आणि त्यांना रोगापासून निदान काही वर्षे उतार पडेल, अशी चिन्हे दिसू लागली आहेत. ही नवीन औषधे सरसकट सर्व रुग्णांना दिली जात नाहीत. कर्करोगाच्या पेशींचा अभ्यास करून जनुकातील बदल व त्यामुळे पेशीत झालेले फरक प्रथम ठरवले जातात आणि त्यानुसार प्रत्येक रुग्णावर उपचार केले जातात.

फुप्फुसाचा कर्करोग हा उपचार करण्यास कठीण व अत्यंत मारक असा रोग आहे. प्राथमिक अवस्थेत असताना तो लक्षात आला तर त्यानंतर रोगी निदान पाच वर्षे जिवंत राहण्याची शक्यता ५० टक्के असते पण असे सहसा होत नाही. या रोगाची गाठ शरीरात गुपचूप वाढत जाते आणि लक्षणे जाणवण्याइतकी ती मोठी होते तेव्हा उपाय करण्याच्या पलीकडे गेलेली असते. आज आधुनिक उपचार करूनही फुप्फुसाच्या कर्करोगानंतर जेमतेम २० टक्के म्हणजे पाचांतील केवळ एक रुग्ण पाच वर्षे जिवंत राहण्याची मजल गाठतो.

हवेतील वाढते प्रदूषण, 'पॅसिव्ह स्मोकिंग' म्हणजे धूम्रपान करणाऱ्या लोकांचे सतत सान्निध्य, रेडॉनसारखा वायू अथवा ॲसबेटॉस, पेट्रोलियमचे घटक आणि इतर काही रसायने यांचा श्वासाशी संपर्क यामुळे फुप्फुसाचा कर्करोग होऊ शकतो. तरीही सिगरेट व विडी ओढणे हीच फुप्फुसाचा कर्करोग होण्याची प्रमुख कारणे आहेत. सर्वसाधारणपणे ८० ते ९० टक्के लोकांना याच वाईट सवयीमुळे हा भयंकर आजार होतो. वेगळ्या शब्दांत सांगायचे तर धूम्रपान करणाऱ्या माणसांना फुप्फुसाचा कर्करोग होण्याची शक्यता इतर माणसांपेक्षा पंचवीस पट जास्त असते. धूम्रपान थांबल्यावर ही शक्यता कमी होते पण पूर्ण नष्ट होईल याची खात्री नाही. काही वेळेला अजून न समजलेल्या गोष्टींमुळेही जनुकांत

बदल होऊन फुप्फुसाचा कर्करोग होतो. फुप्फुसाचा कर्करोग झालेल्या रुग्णांमध्ये कधीही सिगरेट न ओढलेल्या माणसांचे प्रमाण साधारणपणे १५ टक्के आहे. त्यांना हा रोग का झाला, त्यामागे काही आनुवंशिक कारणे आहेत का, हे प्रश्न अजून अनुत्तरित आहेत.

एकंदरीत पाहता, उपचारांत सुधारणा झाली असली तरी फुप्फुसाच्या कर्करोगापासून संपूर्ण मुक्ती मिळणे अजून तरी अशक्यप्राय आहे. हा आजार घातक आहे कारण त्याचे निदान बहुतेक वेळा उशिरा म्हणजे रोग पुढे गेल्यावर होते. त्याची आगाऊ सूचना मिळेल अशी कोणतीही चाचणी (टेस्ट) उपलब्ध नाही. परंतु हा रोग होण्याची शक्यता अतिशय कमी करण्याची एक अत्यंत सोपी युक्ती आहे आणि ती म्हणजे धूम्रपानापासून दूर जाणे. म्हणजेच स्वतः सिगरेट-विडी न ओढणे आणि सतत फुंकत असणाऱ्यांच्या जवळपास न राहणे. कारण तशा धुराने भरलेल्या वातावरणात राहूनसुद्धा फुप्फुसाचा कर्करोग होण्याची शक्यता खूप वाढते, हे बार-गुत्ते यांमध्ये काम करणाऱ्या लोकांच्या उदाहरणावरून सिद्ध झाले आहे. सिगरेटच्या धुरातील रसायने, टार व दूषित वायू यांचा अखंड मारा झाल्यामुळे श्वसनसंस्थेवर अतिशय वाईट परिणाम होतात. प्राण्यांवर केलेल्या काही प्रयोगांत असे दिसून आले आहे की, साधारणपणे साठ सिगरेट ओढल्यावर फुप्फुसांचा गुलाबीसर पांढरा रंग काळा पडू लागतो. ही सवय तशीच चालू ठेवली तर हळूहळू शरीराची प्रतिबंधकशक्ती अपुरी पडते आणि पेशींतील जनुकांत बदल होऊ लागतात, ज्याचे पर्यवसान कर्करोगाच्या गाठीमध्ये होते.

जगातील कर्करोगामुळे होणाऱ्या मृत्यूंना सर्वाधिक जबाबदार असणारा फुप्फुसाचा कर्करोग सर्वात जास्त टाळता येणारा कर्करोग समजला जातो. पाश्चात्त्य देशांमध्ये धूम्रपानाविरुद्ध समाज जागरण करून लोकांमध्ये सिगरेट ओढण्याचे प्रमाण कमी करण्यात यश आले आहे आणि त्याचा परिणाम म्हणून तेथील फुप्फुसाच्या कर्करोगाचे आकडे खाली जाऊ लागले आहेत. असेच प्रतिबंधक उपाय भारतासारख्या देशात वैयक्तिक आणि सामाजिक पातळीवर होणे आवश्यक आहेत. कारण तोच या भयंकर आजाराला आळा घालण्याचा सगळ्यात प्रभावी मार्ग आहे.

■

रक्ताचे कर्करोग

लालबुंद रक्त म्हणजे जिवंतपणाचा आविष्कार. रक्त तापते, उसळते, सळसळते आणि जखम झाली तर ओघळतेदेखील. रक्ताची नाती माणसे जीवापाड जपतात आणि रक्ताच्या शपथांनी नवीन गाठी बांधतात. सर्व संस्कृतीत आणि साहित्यात हजारो वर्षे रक्ताबद्दल खूप काही लिहिले गेले आहे. पण रक्त म्हणजे नेमके काय असते?

रक्त म्हणजे मनुष्य व इतर अनेक प्राण्यांत असणारे द्रवरूपी इंद्रिय आहे. यात पन्नास टक्के पाणी असून त्यात प्रथिने, क्षार व इतर काही घटक असतात. या मिश्रणाला प्लास्मा (plasma) म्हणतात. रक्ताचा उर्वरित भाग म्हणजे रक्तपेशी. प्लास्मामुळे रक्त पातळ आणि वाहते राहते. प्लास्माचे मुख्य कार्य म्हणजे वहन. प्लास्मातूनच रक्तपेशी सर्व इंद्रिये व उती यापर्यंत पोहचू शकतात. शरीराच्या एका भागातून दुसऱ्या भागात काहीही न्यायचे व आणायचे असेल तर ते प्लास्मामार्फतच होते. उदाहरणार्थ, पोषण, हार्मोन, प्राणवायू इत्यादी गोष्टी सगळ्या शरीरभर नेल्या जातात आणि कार्बनडायॉक्साइड व इतर टाकाऊ पदार्थ फुप्फुस, मूत्रपिंड, जठर या इंद्रियांपर्यंत पोहचवले जातात.

रक्त शरीराच्या प्रत्येक भागात पोहचावे याकरता रोहिणी (शुद्ध प्राणवायू संपन्न रक्त), नीला (अशुद्ध कार्बनडायॉक्साइड वाहक रक्त) आणि अति सूक्ष्म केसिका यांचे व्यापक जाळे असते. शरीरातील सगळ्या रक्तवाहिन्या एकत्र जोडल्या तर त्यांची लांबी साधारण १ लाख मैल होईल; यावरून रक्ताभिसरण संस्था किती जटिल व सर्वव्यापी आहे याची कल्पना येऊ शकते. देहाच्या सर्व भागातील प्रत्येक पेशीचे रक्त संवर्धन करते आणि त्याबरोबरच शरीराचे तापमान योग्य ठेवण्याचेही कार्य करते.

रक्तामध्ये तीन मुख्य प्रकारच्या पेशी असतात; लाल पेशी, पांढऱ्या पेशी आणि प्लेटलेट्स. रक्ताच्या रंगाला कारणीभूत असणाऱ्या लाल पेशी या सर्वात जास्त मुबलक असतात. या लहानशा तबकडीच्या आकाराच्या पेशी सुमारे तीन महिने टिकतात. लाल पेशींमधले हिमोग्लोबिन हे प्रथिन प्राणवायू फुप्फुसातून आणणे आणि कार्बनडायॉक्साइड शरीरातून गोळा करून फुप्फुसात परत नेणे हे आत्यंतिक आवश्यक काम करते.

पांढऱ्या पेशी लाल पेशींपेक्षा खूपच कमी असतात. यांच्यात दोन मुख्य प्रकार आहेत; मायलोइड आणि लिम्फोइड. सर्व पांढऱ्या पेशी मिळून शरीराचे जंतुसंसर्गापासून आणि इतर कुठल्याही बाह्य आक्रमणापासून संरक्षण करतात. शेवटचा प्रकार म्हणजे प्लेटलेट्स. या अखंड पेशी नसून त्यांचे तुकडे असतात म्हणून यांना मराठीत रक्तबिम्बिका असे म्हणतात. रक्त साकळण्याच्या प्रक्रियेत यांचा अतिशय महत्वाचा वाटा असतो.

सर्व रक्तपेशींचा उगम अस्थिमज्जेत होतो. विभाजनाची क्षमता असलेल्या मूळ अथवा पालक पेशींपासून निरनिराळ्या प्रकारच्या विशिष्ट गुणधर्म व कार्य असलेल्या परिपक्व पेशी बनतात व रक्तात सोडल्या जातात. या रक्तात फिरून काम करणाऱ्या कामगार पेशींना वाढीची क्षमता नसते. अस्थिमज्जेतील मूळ पेशींच्या जनुकात बिघाड (mutations) झाले तर मात्र रक्तपेशींची अनिर्बंध वाढ होऊ शकते. अशा प्रकारे ठरलेल्या प्रमाणाच्या बाहेर रक्तपेशी निर्माण होऊ लागल्या तर त्याला रक्ताचा कर्करोग (leukemia) असे म्हणतात. जेव्हा पेशी एखाद्या इंद्रियात स्थिर असतात तेव्हा अशा वाढीतून गाठ उद्‌भवते. परंतु रक्तपेशींची संख्या वाढली तरी त्यामुळे गाठ होत नाही तर रक्ताच्या गुणधर्मात, त्यातील घटकांच्या प्रमाणात बदल होतो.

लाल पेशी आणि प्लेटलेट्स यांच्या मूळ पालक पेशीतील जनुके दूषित झाली तर या पेशींची संख्या अनियमितपणे वाढते. हे आजार कर्करोगाचे असले तरी विरळ आढळतात आणि इतर ल्युकेमियाइतके गंभीर नसतात. बहुतेक वेळा रक्त दुसऱ्या कारणाने तपासताना हे आजार लक्षात येतात आणि योग्य उपचार केले तर गंभीर परिणाम होण्याची शक्यता कमी असते.

सर्वसामान्य लोकांना माहीत असतात आणि जास्त प्रमाणात दिसून येतात ते रक्तातील पांढऱ्या पेशींचे कर्करोग. पेशींची जात आणि त्यांच्या

विभाजनाचा वेग या दोन गोष्टींवरून या आजाराचे वर्गीकरण केले जाते. अकस्मात सुरू होऊन भरभर वाढणाऱ्या रोगाला तीव्र म्हणजे ॲक्यूट असे म्हणतात. दीर्घकालीन किंवा क्रॉनिक ल्युकेमियात सुरुवातीला फारसा त्रास जाणवत नाही आणि यात कर्करोगग्रस्त पेशींची वाढ संथपणे होते. मायलोइड आणि लिम्फोइड या दोन्ही जातींमध्ये ॲक्यूट व क्रॉनिक कर्करोग होऊ शकतो आणि त्यामुळे ल्युकेमियाचे चार मुख्य प्रकार म्हणजे ॲक्यूट व क्रॉनिक मायलोइड ल्युकेमिया (यांना अनुक्रमे AML व CML असे म्हणण्याची पद्धत आहे) आणि ॲक्यूट व क्रॉनिक लिम्फोइड ल्युकेमिया (ALL व CLL).

ॲक्यूट रोगात मूळ अपरिपक्व पेशी अस्थिमज्जेत न राहता रक्तप्रवाहात येतात आणि त्यांची संख्याही खूप वाढते. या पेशी रक्तातील नियोजित काम करण्यास असमर्थ असतात. क्रॉनिक रोगात पेशी अगदीच अपरिपक्व नसतात आणि त्यामुळे त्यांची नेमलेली कामे काही प्रमाणात करू शकतात. या पेशींची वाढही झपाट्याने होत नाही.

रक्ताचा कर्करोग होण्याचा धोका वयाप्रमाणे वाढत जातो पण काही ल्युकेमिया वीस वर्षांहून लहान वयातही आढळतात. स्त्रियांपेक्षा पुरुषांत या रोगाचा प्रादुर्भाव जास्त दिसतो. धूम्रपान, रेडिएशन व रासायनिक द्रव्याशी संपर्क, आधी घेतलेली किमोथेरपी या कारणांनी ल्युकेमिया होण्याची शक्यता वाढते. जपानमध्ये अणुस्फोट झाल्यावर तिथल्या समाजात ल्युकेमियाचे प्रमाण खूप वाढले. इतर काही कर्करोगांप्रमाणे येथेही सगळ्या रुग्णांच्या बाबतीत काही ठोस कारण सांगता येईल असे नाही.

रक्ताच्या कर्करोगात गाठ होत नाही मग तो ओळखायची विशेष लक्षणे काय? या आजारात, विशेषतः त्याच्या ॲक्यूट प्रकारात थंडी ज्वर व रात्रीचा घाम येणे, अशक्तपणा, हाडे आतून दुखणे, दम लागणे, वजन कमी होणे, थोडेसे लागले तरी रक्त साकळून काळेनिळे होणे याचा त्रास जाणवू लागतो. रक्तातील पेशी आपले काम नीट करत नसल्यामुळे या तक्रारी सुरू होतात परंतु रक्त काढून त्याची पूर्ण तपासणी केल्यावरच नक्की निदान होऊ शकते.

ॲक्यूट मायलोइड ल्युकेमिया बहुतेकदा प्रौढ लोकांत दिसतो. ल्युकेमियाचा हा प्रकार सगळ्यात जास्त आक्रमक व धोकादायक आहे. ॲक्यूट लिम्फोइड ल्युकेमिया मुख्यत्वे पंधरा वर्षांहून लहान मुलात

आढळतो. या दोन्ही प्रकारांसाठी मुख्य उपचार किमोथेरपी आणि निरोगी अस्थिमज्जा पेशींचे प्रत्यारोपण असे आहेत. अलीकडे लक्ष्य थेरपी आणि प्रतिक्षमता थेरपी यांतील काही औषधे ल्युकेमियाच्या इलाजासाठी प्रभावी ठरली आहेत. –ALLच्या उपचारात पुष्कळ प्रगती झाली आहे. वेळेवर आणि योग्य इलाज झाले तर हा आजार झालेली बहुतांश मुले बरी होऊ शकतात.

क्रॉनिक मायलोइड ल्युकेमियाच्या ९० ते ९५% रुग्णांत फिलाडेल्फिया chromosome मधील बदल रोगाला कारणीभूत असतो. या विषयावर ग्लीव्हेक या औषधाच्या विवेचनात सविस्तर लिहिले आहे. लक्ष्य थेरपीच्या या औषधामुळे CML झालेल्या माणसांची आयुर्मर्यादा लक्षणीयरीत्या वाढली आहे. क्रॉनिक लिम्फोइड ल्युकेमिया पाश्चात्त्य देशातील मोठ्या वयाच्या साधारण ७० वर्षांच्या माणसात दिसून येतो. या आजारात त्याचा त्रास होऊ लागला की नंतर उपचार करतात आणि त्यामध्ये किमोथेरपी व प्रतिक्षमता थेरपी यातील औषधांचा समावेश आहे. रक्ताच्या कर्करोगाबद्दल गेल्या काही काळात पुष्कळ समज वाढली आहे. आता वर दिलेल्या चार प्रकारांची अनेक उपप्रकारांत विभागणी करतात व त्याप्रमाणे लागू पडतील असे इलाज दिले जातात. त्यामुळे या विषयातील निपुण डॉक्टरांच्या सल्ल्याप्रमाणेच उपचार करणे गरजेचे आहे.

ही झाली रक्ताच्या कर्करोगाची शास्त्रीय माहिती. या रोगामुळे आजारी व्यक्ती आणि त्यांची प्रेमाची माणसे यांची काय स्थिती होते याचे वर्णन करणे कठीण आहे. माझा M.Sc.चा अभ्यास रक्ताच्या कर्करोगावर आधारित होता. तेव्हापासून आतापर्यंत उपचारात प्रगती नक्की झाली आहे पण अजूनही लोकांमध्ये या रोगाची अतिशय दहशत आहे. मुळात ल्युकेमिया का होतो याचे फारसे समाधानकारक उत्तर अजूनही मिळत नाही. ॲक्यूट लिम्फोइड ल्युकेमियाचे रोगी म्हणजे कित्येकदा गोंडस लहान मुले असतात. त्यांना आजाराचा व उपचारांचा होणारा त्रास आणि त्यातून त्यांनी निरागसपणे दाखवलेले धैर्य पाहून जीव भरून येतो. ॲक्यूट मायलोइड ल्युकेमिया आयुष्याच्या उमेदीच्या काळात अचानक चोरपावलांनी येतो आणि कधीतरी फारसे काही करण्याची संधी न देता आपले माणूस घेऊन जातो. अशा वेळेला मागे राहणाऱ्या जिवलगांचे जीवन न संपणाऱ्या प्रश्नांनी झाकोळले जाते. हे असे अकस्मात का

झाले, आमचे काही चुकले का, दुर्लक्ष झाले का या जीवघेण्या शंकांना खरेतर सांत्वन सोडून काहीच उत्तर नसते. म्हणून प्रामाणिकपणे सांगावेसे वाटते की, रक्ताच्या कर्करोगामध्ये कार्यकारणभाव शोधण्याचा प्रयत्न करू नये अथवा स्वतःला दोष लावून घेऊ नये. उपलब्ध असलेले सर्व उपचार अवश्य करावे. कारण त्यातून खूप फायदा होऊ शकतो. पेशी व जनुके यांची रचना व कार्य याबद्दलचे आपले ज्ञान सतत प्रगत होत आहे. त्यातूनच एक दिवस रक्ताच्या कर्करोगाचे अधिक प्रभावी इलाज व प्रतिबंधक उपाय सापडतील अशी खात्री वाटते.

■

लहान वयातील कर्करोग

माणसाची पहिली सतरा-अठरा वर्षे हा आयुष्याचा सुरेख सोनेरी काळ. निरोगी निष्कलंक शरीर आणि त्याच्या जोडीला अमाप उत्साह, मस्ती म्हणजेच लहानपण. लहान बाळे आणि नवतरुण यांच्या खळखळत्या सान्निध्यात राहून कुणाचीही मरगळ गळून पडते आणि त्यांना जगण्याचा नवा हुरूप मिळतो. अशा हसत्या खेळत्या वयात मुलांना आजार, तोही कर्करोगासारखा भीतिदायक, ही कल्पनाच मनाला पटत नाही. परंतु मुलांना कर्करोग होऊ शकतो ही वस्तुस्थिती आहे.

लहान वयातील कर्करोग हा वंश, देश, आर्थिक परिस्थिती यांपैकी कुठल्याही गोष्टीवर फारसा अवलंबून नसतो. जगातील सगळ्या समाजातून याचे प्रमाण साधारण समानच दिसते. कर्करोगाचा एकूण प्रादुर्भाव पाहता मुले व तरुण यातील कर्करोगाचे प्रमाण अंदाजे १ ते २ टक्के इतके आहे. हा आकडा अत्यल्प असला तरी या वयात गंभीर आजार कमी होत असल्यामुळे कर्करोग हा लहान मुलांच्या प्राणघातक व्याधींमध्ये अग्रणी समजला जातो. अमेरिकेत नवजात बालक ते वय वर्षे पंधरा अशी वैद्यकीय कारणासाठी बालपणाची व्याख्या केली जाते पण बहुतेकदा पंधरा ते एकोणीस वर्षांच्या पौगंडावस्थेतील तरुण मुलांनादेखील लहान वयातील कर्करोगात समाविष्ट करतात. दरवर्षी जगातील सुमारे तीन लाख पालकांना त्यांच्या मुलाला कर्करोग झाला आहे हे अतिशय कठोर निदान ऐकावे लागते.

कर्करोग पेशींच्या अनिर्बंध वाढीतून उद्‌भवतो आणि त्याची सुरुवात शरीरात कुठल्याही भागात होऊन तिथून तो इतर भागांत पसरू शकतो, ही मूलभूत माहिती आत्तापर्यंत वाचकांना नीट समजली आहे. पेशींच्या वाढीचे नियंत्रण जनुकांद्वारे केले जाते. काही सातत्याने होणाऱ्या

आघातांमुळे जनुकांच्या रचनेत बदल (mutation) होतात तेव्हा हा समतोल बिघडतो आणि त्यातून कर्करोगाची सुरुवात होऊ शकते. सर्वात मुख्य आणि ज्ञात कर्ककारक घटक म्हणजे तंबाखू, किरणोत्सर्ग अथवा काही रसायने, चुकीचा आहार, बैठी दिनचर्या इत्यादी. खरेतर आपल्या दैनंदिन जीवनात जनुकांत अनेक कारणांनी शेकडो दोष निर्माण होतात पण सुदैवाने ते दुरुस्त तरी केले जातात किंवा अशा दूषित पेशी नष्ट होतात. या नैसर्गिक सुरक्षा व्यवस्थेतून सुटून पुढे विभाजित होत राहणे हे त्यामुळे सहजपणे घडू शकत नाही आणि त्याकरता पुष्कळ काळ, कित्येकदा पंधरा-वीस वर्षे जावी लागतात. या तर्कशास्त्रानुसार विचार केला तर मग असा प्रश्न पडतो की, यातील काहीच वाईट गोष्टींशी संबंध न आलेल्या अल्पवयीन मुलांत कर्करोग इतक्या कमी काळात कसा उद्भवू शकतो?

लहान वयातील कर्करोगापैकी अगदी कमी म्हणजे पाच-सात टक्के मुलांमध्ये गर्भावस्थेत काही कर्ककारक घटकांचा परिणाम झाला असल्याची शक्यता असते. जनुकातील आनुवांशिक दोष इतर दहा टक्के मुलांत कारणीभूत असू शकतो. अगदी खरे सांगायचे तर जवळ जवळ ७० ते ९० टक्के मुलांना कर्करोग का होतो, याची ठाम उत्तरे आज तरी उपलब्ध नाहीत. या मुलांच्या जनुकात बिघाड होतात हे नक्की, पण ते कधी होतात आणि त्यांचे नक्की स्वरूप काय याबद्दल अनेक अंदाज केले गेले आहेत पण ते अजून सिद्ध झालेले नाहीत.

मुलांमधील कर्करोगात रक्ताचा कर्करोग प्रामुख्याने म्हणजे साधारण ३० टक्के इतका आढळतो. सुमारे २० टक्के मुलांना मेंदूचा कर्करोग व १० ते १२ टक्के मुलांना लिम्फ ग्रंथीचा कर्करोग होतो. बाकी अल्प प्रमाणात होणाऱ्या प्रकारात हाड, मूत्रपिंड, डोळा इत्यादींचा समावेश आहे. मोठ्या माणसांना नेहमी होणारे स्तन, फुप्फुस, आतडे वगैरेचे कर्करोग हे लहान मुलांमध्ये दिसत नाहीत. अशा तऱ्हेने मुलांना कर्करोग होण्याची कारणे वेगळी असतात; त्या रोगाचे प्रकार वेगळे असतात आणि त्यांचा आजारही निराळा असतो. बालवयातील कर्करोग उपचारांना जास्त प्रतिसाद देतो. परंतु या मुलांचे इलाज फार विचारपूर्वक करणे आवश्यक असते. मुलांना फक्त रोगातून बरे करावे एवढेच उद्दिष्ट ठेवून भागत नाही. या वाढीच्या काळात मुलांची वाढ व्यवस्थित होत राहावी, त्यांची प्रजनन संस्था शाबूत राहावी, कुठलेही व्यंग निर्माण होऊ नये, या सगळ्या

गोष्टींची जास्तीतजास्त काळजी घेणे हेसुद्धा अतिशय महत्त्वाचे आहे. याकरता मुलांचा कर्करोग या विषयावर तज्ज्ञ डॉक्टरांकडून उपचार करून घेणे योग्य ठरेल.

लहान मुलांना सर्दी-खोकला असे साधे आजार वारंवार होत असतात. जरा मोठी व तरुण मुले कित्येकदा खेळताना धडपडतात आणि इजा करून घेतात. हे सगळे या वयात होणारच. या सगळ्यातून कर्करोगासारख्या गंभीर आजाराच्या खुणा कशा कळणार? मुलांमध्ये कर्करोग कुठल्या प्रकारचा आहे त्याप्रमाणे वेगवेगळा त्रास होऊ शकतो. या आजाराची काही सर्वसाधारण व प्रमुख लक्षणे म्हणजे मलूलपणा व थकवा, वजन कमी होणे, डोके वा शरीराचा कुठलाही भाग दुखणे, ओकाऱ्या होणे, ताप येणे, दृष्टी कमी झाली असे वाटणे, चालताना लंगडणे, रक्त साकळून काळेनिळे व्रण दिसणे. यातील प्रत्येक गोष्टीला बहुतेक वेळा अगदी सरळ सोपे कारण असू शकते. उदाहरणार्थ, मुले उन्हात दिवसभर खेळली म्हणजे मलूल होतात किंवा डोके दुखते. अरबटचरबट खाल्ल्याने पित्त होऊन ओकतात किंवा पावसात भिजून तापाने फणफणतात. तेव्हा अशा सगळ्या वेळेला उगाचच घाबरून जाणे चुकीचे ठरेल. इथे दोन विशेषणे अत्यंत महत्त्वाची आहेत ती म्हणजे सातत्याने आणि विनाकारण. जर मुलाला वरीलपैकी एखादी किंवा तब्येतीची कुठलीही दुसरी तक्रार वारंवार होऊ लागली आणि त्याकरता काही स्पष्ट कारण दिसत नसेल तर डॉक्टरांचा सल्ला घेणे उचित ठरेल. मोठ्या माणसातील कर्करोगाप्रमाणेच मुलांमध्येसुद्धा योग्य ते तपास केल्यावरच खात्रीने निदान करता येते.

मुलांमध्ये सर्वात जास्त दिसतात ते रक्ताचे कर्करोग. ALL आणि AML. या दोन्ही प्रकारांबद्दल विस्तृत माहिती इतर प्रकरणांत दिली आहे आणि त्याची इथे पुनरावृत्ती करणे आवश्यक नाही. मात्र इथे मुद्दाम हे सांगणे गरजेचे आहे की, गेल्या तीस-चाळीस वर्षांत झालेल्या प्रगतीमुळे ह्या रोगावर यशस्वी उपचार करता येतात. मुलांमधील हाडाच्या कर्करोगावरदेखील प्रभावी इलाज सापडले आहेत. आजच्या काळात कर्करोगावर मात करून रोगमुक्त आयुष्य जगणे ही अपेक्षा बहुसंख्य मुलांच्या बाबतीत खरी होतेय. परंतु अजूनही मुलांच्या कर्करोगाचे काही प्रकार असाध्य आहेत.

कर्करोगावरील संशोधन मुख्यत्वे प्रौढ रुग्णांत केले गेले. मुलांमधील

कर्करोगाचे प्रमाण कमी असल्याने त्यांच्यातील हा आजार दुर्लक्षित राहिला. जी औषधे व इतर उपचार रूढ झाले ते सहसा लहान मुलांमध्ये तपासले गेले नाहीत. परंतु या लेखात वर स्पष्ट केल्याप्रमाणे लहान वयातील आणि मोठेपणातील कर्करोगाची कारणे व प्रकार भिन्न असतात. शिवाय मुलांची व प्रौढांची प्रकृतीही वेगळी असते. त्यामुळे या दोन वयोगटांतील रुग्णांना समान उपचार चालतीलच असे नाही. हे लक्षात आल्यावर गेल्या काही वर्षांत मुलांच्या कर्करोगावर अधिक अभ्यास करण्यासाठी अनेक नियम करण्यात आले आहेत आणि त्याकरता निधी पुरवण्याची सोय केली आहे. पूर्वी नवीन औषध शोधण्यासाठी केल्या जाणाऱ्या क्लिनिकल चाचणीत लहानवयीन रुग्ण भाग घेऊ शकत नसत. पण आता प्रत्येक मंजूर होणाऱ्या औषधासाठी मुलांमध्ये वेगळी चाचणी केल्याचा पुरावा द्यावा लागतो. FDA या नियामक मंडळाच्या हस्तक्षेपाच्या जोडीने अमेरिकेन शासनानेसुद्धा बालवयातील कर्करोगावर लक्ष केंद्रित केले आहे. या सर्व प्रयासातून हे साधायचे आहे की, प्रौढ रुग्णांकरता बनवलेली औषधे फक्त डोस कमी करून मुलांना दिली जाऊ नयेत तर लहान वयाचे शरीर, प्रकृती व पुढे असलेले अनेक वर्षांचे आयुष्य या सगळ्याला योग्य अशी विशेष उपचारपद्धती मुलांच्या कर्करोगासाठी विकसित केली जावी. शिवाय मुलांमध्ये कर्करोग का होतो याची अधिक खात्रीलायक माहिती मिळाली तर प्रतिबंध करण्याचे प्रयत्न योग्य दिशेने करता येतील. अनेक संस्था आणि फार्मा कंपन्यांनी या दृष्टीने संशोधन सुरू केले आहे. या प्रयासात बालरुग्णांचे पालक आणि कित्येकदा आजारी मुलेदेखील काहीतरी प्रकाराने मदत करण्यास सहभागी होत आहेत.

मुक्तपणे धावण्याच्या वयात हॉस्पिटलमध्ये अडकून कर्करोगाचे त्रासदायक उपचार घेणारी मुले पाहून मन हेलावून जाते. इतक्या लहान वयाची मुले मात्र अतिशय हिमतीने या आपत्तीला तोंड देताना दिसतात. त्यांच्याबरोबर काम करणारे डॉक्टर व नर्सेससुद्धा फार प्रेमाने या मुलांची काळजी घेतात. या मुलांचे पालकही अत्यंत अवघड दिव्यातून जात असतात. कारण त्यांना सर्व उपचार होत असताना मनावर दगड ठेवून आपल्या मुलाला सांभाळायचे असते व धीर द्यायचा असतो. या प्रत्येक कुटुंबाची कहाणी म्हणजे प्रेम आणि श्रद्धा, चिकाटी आणि सहनशीलता यांची जणू परिसीमा असते. या सर्वांना माझा मनःपूर्वक प्रणाम व शुभेच्छा.

■

कर्करोगाला सामोरे जाताना...

एक निरोगी आयुष्य जगावे अशी प्रत्येक मनुष्याची इच्छा असते. आजच्या काळात छोटे-मोठे आजार बरे करण्यात वैद्यकीय शास्त्राने खूप यश मिळवले आहे. जिवाचा थरकाप उडवणारी एक व्याधी आहे ती म्हणजे कर्करोग. कर्करोगाविषयी, विशेषतः हा रोग कसा होतो, निदान कसे करतात, यावरचे वेगवेगळे उपाय काय आहेत याबद्दल आधीच्या प्रकरणांतून माहिती दिली आहे. एखाद्या व्यक्तीला कर्करोगाचे निदान झाले तर हे सगळे प्रत्यक्षात कसे उपयोगी पडेल याबद्दल आता पाहू.

कर्करोग हा आता दुर्मीळ आजार राहिलेला नाही. अमेरिकेतील पन्नास टक्के पुरुष व एकतृतीयांश स्त्रियांना त्यांच्या हयातीत कुठल्या तरी प्रकारचा कर्करोग होईल अशी शक्यता आहे. तरीसुद्धा जेव्हा तुम्हाला कर्करोग झालाय हे शब्द कानावर पडतात तेव्हा बहुतेकांच्या पायाखालची जमीन सरकते. काही वेळेला याची अंधूकशी कल्पना असते पण पुष्कळ लोकांच्या बाबतीत हे सर्व झपाट्याने आणि अनपेक्षितपणे घडते. हा धक्का कठीण असला तरी त्या परिस्थितीत तोल सांभाळून योग्य निर्णय घेतले तर कित्येकदा या रोगावर मात करता येते किंवा उरलेले आयुष्य अर्थपूर्ण व संपन्न करता येते.

कर्करोगाचे निदान ऐकल्यावर सुरुवातीचा काही काळ माणूस आणि जवळचे नातेवाईक सुन्न होऊन जातात. राग, निराशा व असहायता या बरोबरच कर्करोगाच्या उपचारांविषयी असलेले अनेक गैरसमज यामुळे काय करावे याचा त्यांच्या मनात गोंधळ उडून जातो. या लढाईत आजारी माणसाला अत्यंत उपयुक्त अशी जी तीन प्रमुख अस्त्रे आहेत ती म्हणजे, ज्ञान, दृष्टिकोन आणि मायेचा आधार. या तिन्हींचा एकत्रित वापर करणे अगदी आवश्यक असते.

यात सर्वात मुख्य ज्ञान. पूर्ण माहिती मिळण्यापूर्वी हातपाय गाळून टोकाची भूमिका घेऊ नये. यामुळे मदत करणाऱ्या माणसांना मनस्ताप होतो आणि इलाज सुरू करण्यास विलंब होऊ शकतो. म्हणून जराही धीर न सोडता आपल्याला कुठला कर्करोग झालाय आणि त्याची व्याप्ती व प्रकार ठरवण्यासाठी काय तपासण्या केल्या पाहिजेत हे विचारले पाहिजे. बऱ्याचदा सुरुवातीच्या काळात मनःस्थिती अस्थिर असल्यामुळे डॉक्टर काय सांगतात हे लक्षात येत नाही किंवा नंतर आठवत नाही. म्हणून कुणाला तरी आधारासाठी सोबत न्यावे. शिवाय, जे प्रश्न विचारायचे ते लिहून नेले तर विसरायला होत नाही. कर्करोग कुठला किंवा कसला, कुठे, किती मोठा वगैरे समजले की त्यानंतरच रोगाचे गांभीर्य ठरते आणि उपचार काय करावेत याचा विचार करता येतो. इथे पुन्हा स्वतःच्या आजाराबद्दल जमेल व कळेल तितकी माहिती रोग्याने जमवली तर फायदा होऊ शकतो. आज इंटरनेटवर केवढे तरी ज्ञान सहज उपलब्ध आहे. पण इंटरनेटवरून शोधणे सगळ्यांनाच जमत नाही. तिथे विविध प्रकारची माहिती असते, त्यातील खरी काय किंवा आपल्या आजाराशी संबंधित काय हे समजणेदेखील खूप कठीण असते. अशा वेळेला डॉक्टरांशी बोलू शकेल आणि सर्व प्रकारची माहिती समजून घेऊन रुग्णाला समजावून सांगू शकेल अशी हुशार सोबत फार मोलाची ठरते. म्हणून कर्करोग झालाय हे लपवून न ठेवता असा आधार शोधावा. ही व्यक्ती कुटुंबाचा सदस्य, एखादा जवळचा मित्र किंवा विश्वासाचे फॅमिली डॉक्टर असे कुणीतरी असणे योग्य असते. पुढे उपचार सुरू झाल्यावरसुद्धा अनेक शंकांचे निरसन करण्यासाठी अशा माणसाची खूप मदत होते.

कर्करोगाचे शंभरपेक्षा जास्त प्रकार आहेत आणि त्यानुसार उपचार बदलतात. या रोगाचा एक मुख्य नियम असा आहे की, जितक्या लवकर निदान होईल तितके संपूर्ण बरे होण्याचे प्रमाण वाढते. शस्त्रक्रिया करून एकसंध गाठ काढता येते, किंवा काही वेळेला रेडिएशन देऊन कर्करोगाच्या पेशी नष्ट केल्या जातात. या दोन्ही शास्त्रांत प्रगती झाल्यामुळे त्यांचा वापर सुलभ आणि प्रभावी झाला आहे. साधारण ४० टक्के कर्करोगाचे रुग्ण शस्त्रक्रिया व रेडिएशनचा इलाज करून बरे होतात. जेव्हा हे उपाय करणे उचित नसते, तेव्हा किमोथेरपी हा महत्त्वाचा पर्याय असतो. काही वेळेला शस्त्रक्रिया अथवा रेडिएशन याच्या जोडीने किंवा

पुढेमागेसुद्धा किमोथेरपी दिल्यामुळे जास्त फायदा होऊ शकतो. कर्करोगाचे उपचार अधिकाधिक परिणामकारक होत आहेत आणि त्यामुळे आजार बरा होण्याचे किंवा पुष्कळ काळ कह्यात ठेवण्याचे प्रमाण वाढले आहे. किमोथेरपीचे अनेक दुष्परिणाम लोकांना अगदी घाबरवून सोडतात. विशेषतः मळमळ, उलट्या, केस जाणे याची खूप जणांना भीती वाटते. पण या उपचारपद्धतीमध्ये अशी अनेक भारी औषधे आहेत ज्यांच्यामुळे पूर्वी असाध्य असलेले कर्करोग आता पूर्ण निपटून काढले जातात. याचे एक उदाहरण द्यायचे म्हणजे पुरुषांमधील अंडकोष अथवा वीर्यकोषाचा कर्करोग. अनेक उमेदीच्या वयातील तरुण मुले या कर्करोगामुळे दगावत होती. रोगचिकित्सा होईपर्यंत कर्करोग पसरलेला असायचा आणि मग काहीच करता येत नव्हते. असा एक २३ वर्षांचा तरुण! कर्करोग दोन्ही फुप्फुसात गेलेला आणि काही उपाय शिल्लक नसल्यामुळे शेवटचे दिवस मोजणारा. परंतु इंडियानापोलीसमधील डॉक्टर आईनहॉर्न यांनी त्याला सीसप्लॅटिन नावाचे नवे औषध सुचवले आणि गमावण्यासारखे काही उरले नसल्याने तो या चाचणीला तयार झाला. या घटनेला तीसहून जास्त वर्षे झाली आहेत आणि हा तरुण आता म्हातारा झालाय. अंडकोषाच्या कर्करोगाची गणना आता बरे होणारा म्हणजे साध्य रोगात केली जाते. चार वर्षांपूर्वी माझ्या एका सहकाऱ्याला हा कर्करोग झाला. उपचार सोपे नव्हते पण त्याने हिमतीने सर्व इलाज करून घेतले आणि आज तो पूर्णपणे रोगमुक्त आहे. त्यामुळे किमोथेरपी म्हणजे काहीतरी भयंकर असे न मानता डॉक्टरांच्या सल्ल्यानुसार हिमतीने या बरे होण्याच्या संधीला सामोरे जाण्यातच रोग्याचे हित आहे.

कर्करोगाच्या उपचारातील अत्यावश्यक घटक म्हणजे रुग्णाची मनःस्थिती किंवा मानसिक दृष्टिकोन. शास्त्रीय संशोधनात हे पुन्हा पुन्हा दाखवले गेले आहे की, जे रोगी प्रसन्न आशावादी राहतात त्यांच्यावर उपचारांचा अधिक चांगला परिणाम होतो. सकस आहार, सोसेल असा व्यायाम, मोकळी मनोवृत्ती आणि मन गुंतेल असा काही छंद किंवा काम यामुळे हा आजार काबूत राहण्यास मदत होतेच पण त्याचबरोबर रुग्ण आणि जवळच्या माणसांचेही आयुष्य सुखकर होते. जेव्हा उपचारांचे दुष्परिणाम वाढतात तेव्हा यातील काही गोष्टी अशक्य होतील पण शक्य तेव्हा प्रयत्नपूर्वक त्यांचा अंगीकार केला पाहिजे.

अशी धडपड करून थोडा आराम मिळाला तरी क्वचित कर्करोग परत

वाढतो आणि रुग्णाला असह्य त्रास होऊ लागतो. आता काही उपाय उरला नाही हे सर्वांनाच समजते. अशा स्थितीत palliative care म्हणजे परिहार सेवा या अंतिम काळातही रुग्णाची सर्व प्रकारे काळजी घेतली जावी यासाठी उपचार करतात. भारतात ही सेवा अनेक ठिकाणी उपलब्ध आहे आणि तेथील डॉक्टर रोग्याला वेदना होऊ नयेत यासाठी औषधे व आवश्यक असेल तर मानसिक मदत देतात. अखेरीस कारणे भिन्न असली तरी मृत्यू हा प्रत्येक प्राणिमात्राला अटळ आहे. एक माणूस म्हणून जीवनाचा अंत होताना आत्मसन्मानाने मरण यावे असे वाटणे योग्यच आहे. म्हणूनच कर्करोग हा माणसाला झालेला रोग आहे, ती त्या व्यक्तीची ओळख नाही याचे भान ठेवले पाहिजे. कर्करोगाचे निदान झाल्यापासून दुर्दैवाने काही वेळेला शेवट होईपर्यंत रुग्णाला मानसिक आधाराची फार गरज असते. प्रेमाची सोबत आणि धीर यांमुळे रुग्ण कर्करोग झाल्यावरही त्याचे माणूसपण टिकवायचा प्रयत्न करू शकतो. आजूबाजूच्या समाजाने त्याला जवळ करून शेवटपर्यंत मानाने जगण्यास साहाय्य केले तर कर्करोगाच्या वास्तवाला सामोरे जाणे इतके भयप्रद राहणार नाही.

■

संकटातून संकल्पाकडे

दैनंदिन आयुष्य जगताना, भविष्याची आखणी करताना आपण अगदी सहजपणे धरून चालतो की सगळे कायम असेच चालत राहील. वयानुसार होणारे बदल सावकाश येतात व आपल्याला राहणीमानाशी तडजोड करण्यास अवकाश देतात. जेव्हा कर्करोगासारखा गंभीर आजार अचानक समोर उभा येऊन ठाकतो तेव्हा ती व्यक्ती आणि त्यांचे सारे कुटुंब एका प्रचंड वावटळीत सापडते. जीवनाची सर्व घडी मोडल्यासारखी वाटते आणि पुढे काय वाढून ठेवले असेल याचा अंदाज करता येत नाही. आजार लहान मुलाला झाला असेल तर आई-वडील अत्यंत दुःखी होतातच पण त्या बाळाला होणारा त्रास पाहण्याचे आणि तरीही त्याला हिमतीने व मायेने सांभाळण्याचे अवघड दिव्य त्यांना करावे लागते. कोणी ऐन उमेदीतील तरुण, तर कुठे कुटुंबातील कर्ते स्त्री-पुरुष, आणि कधी सर्व हयात कष्टात घालवून काही वर्षे मनाप्रमाणे जगण्याची स्वप्ने पाहणारी ज्येष्ठवयीन माणसे यातील कुणालाही कर्करोग होऊ शकतो. गरीब-श्रीमंत, तरुण-वृद्ध यांच्या परिस्थितीत फरक असला तरी एकदा कर्करोगाचे निदान झाले की सर्वांचेच आयुष्य कायमचे बदलते.

कर्करोग शारीरिक पातळीवर बरा करण्यासाठी खूप संशोधन आणि प्रयत्न सुरू आहेत पण या रोगाचे मानसिक परिणाम जास्त खोलवर जातात. सर्वात प्रथम आघात होतो भावनिक स्थैर्यावर. भीती, राग, अगतिकता यातून नैराश्य उद्‌भवते आणि त्यानंतर काही करण्याची इच्छाच संपून जाते. या आजाराबद्दल बोलण्याची लाज वाटून लोक कोशात जातात; स्वतःच्या कर्माला बोल लावत बसतात आणि अजून जे काही चांगले उरलेले आहे त्याच्याकडे पाठ फिरवतात. जेव्हा काळोखाची रजनी होती, हृदयी भरल्या होत्या खंती तेव्हासुद्धा सतारीचे

बोल मनात आनंदाची सरगम वाजवू शकतात, हे ते विसरतात. एखाद्या संकल्पाची ज्योत मात्र असे अंधारे अस्तित्व उजळून टाकण्यास उपयोगी पडते.

मनुष्य जात्याच अत्यंत कणखर व सहनशील असतो पण ही क्षमता प्रत्येकाच्या आयुष्यात क्वचितच पणाला लागते. या ताकदीचा प्रत्यय येतो कर्करोगासारखा दुर्धर रोग झाल्यावर. पाश्चात्त्य समाजात असे मानतात की, संकटे कुणावरही येऊ शकतात पण त्यांना कसे सामोरे जाता यावरून तुम्ही माणूस म्हणून किती श्रेष्ठ आहात हे ठरते. अमेरिकन समाजात एखाद्या व्यक्तीला कर्करोग झाला याचे वाईट जरी वाटले तरी तो त्या व्यक्तीचा दोष किंवा कमीपणा समजला जात नाही. तिथे या आजाराबद्दल अधिक समज व मोकळे वातावरण असल्यामुळे केवळ स्वतःकरताच नाही तर या रोगाच्या निर्मूलनासाठी प्रयत्न केले पाहिजेत, अशी वृत्ती दिसून येते. त्यामुळे तिथले रुग्णदेखील अनेक प्रकारचे उपक्रम किंवा स्वयंसेवी काम करताना दिसतात. भारतातसुद्धा आता असे बदल अल्प प्रमाणात दिसू लागले आहेत.

कर्करोगाचे रुग्ण आणि त्यांचे नातेवाईक यांचे रोगाच्या अभ्यासासाठी निधी गोळा करणे हे महत्त्वाचे ध्येय असते. कर्करोग झाल्यावर बहुतेक जण विचारतात की यावर अजून उपाय का सापडला नाही? बऱ्याच दुर्मीळ कर्करोगांविषयी – लहान मुलांमध्ये आढळणाऱ्या कर्करोगाविषयी – फारशी माहिती उपलब्ध नसते. कारण संशोधन आणि वेगवेगळ्या चाचण्या करून औषधे निर्माण करण्यासाठी लागणारी अफाट साधनसंपत्ती याकरता उपलब्ध नसते. जास्त प्रमाणात आढळणारे काही मुख्य प्रकारचे कर्करोग सोडले तर इतर प्रकारच्या कर्करोगांवर संशोधन करण्यासाठी किंवा रुग्णांच्या मदतीसाठीदेखील पुरेशी सोय नसते. या त्रुटी कमी करण्यासाठी आपला खारीचा वाटा देऊन मदत करण्याचा प्रयत्न असंख्य रोगी आणि त्यांचे आप्तस्वकीय करतात. जाणत्या वयातील मुले वेगवेगळ्या प्रकाराने पैसे जमवतात. कधी दोन किमोथेरपीच्या मधल्या काळात आपल्या घराजवळ लिंबू सरबत, केक, कुकी वगैरे तयार करून विकतात, तर कोणी त्यांच्या गावात एखादी शर्यत किंवा कार्यक्रम आयोजित करून त्यातून पैसे उभारतात. यात शेजारी, सहकारी आणि अनोळखी लोकसुद्धा आपुलकीने भाग घेतात. हा निधी पुढील संशोधनासाठी योग्य संस्थांना सुपूर्द केला जातो. कित्येकदा दुर्दैवाने

रोग्याचा अंत झाला तरी नातेवाईक आणि मित्रमंडळी ही प्रथा चालू ठेवतात; जेणेकरून पुढच्या काळात यशस्वी उपाय सापडावा. या पैशांतून इतर गरजू लोकांना कर्करोगावरचे उपचार घेण्यासाठी किंवा इतर अडचणींसाठी आर्थिक आणि मानसिक मदत केली जाते. स्टीफन सटन नावाच्या एका अत्यंत हुशार ब्रिटिश मुलाला २०१०मध्ये पंधरा वर्षांचा असताना आतड्याचा बरा न होणारा कर्करोग झाला. त्याने स्वतःच्या प्रयत्नातून, इंटरनेटवर लिहून याविषयाबद्दल जागृती निर्माण केली. नंतर ठिकठिकाणी फिरून, सुप्रसिद्ध लोकांना भेटून कर्करोगावरील संशोधनासाठी पुंजी जमवण्यास प्रारंभ केला. वयाच्या एकोणिसाव्या वर्षी, लहान मुलांच्या कर्करोगाच्या संशोधनासाठी कोट्यवधीने देणग्या गोळा करून देऊन त्याचा प्रवास अकाली संपला पण इतक्या लहान वयात व अल्पावधीत त्याने केलेले विलक्षण काम आजही लोकांना प्रेरणा देते.

धनाढ्य रोगी कर्करोगावरील संशोधनासाठी मोठ्या देणग्या देऊन अशी मोहीम सुरू करू शकतात आणि त्यातूनही पुष्कळ समाजकार्य होते. अशा प्रकारचे अगदी अलीकडचे उदाहरण म्हणजे १९९७ साली सायकलस्वार लान्स आर्मस्ट्राँग याने त्याला कर्करोग झाल्यानंतर सुरू केलेली 'लिव्ह स्ट्राँग' नावाची आधार संस्था. त्याचा ब्रेसलेट जगभर विकला गेला आणि त्यातून संस्थेने खूप पैसे गोळा केले. कर्करोगी व त्यांचे स्वकीय यांचे जीवन सुखकर करणे हे मुख्य ध्येय ठेवून त्यांनी त्यानुसार हजारो लोकांना मदत केली आहे. स्त्रियांसाठी महत्त्वाचे म्हणजे सुझन कोमन फाउंडेशन. सुझनचा १९८० साली मृत्यू होण्यापूर्वी तिच्या बहिणीने तिला वचन दिले की स्तनाचा कर्करोग निपटून काढण्यासाठी मी निग्रहाने प्रयत्न करेन. केवळ २०० डॉलर आणि मूठभर दाते घेऊन १९८२ साली या कार्याला सुरुवात झाली. आज या संस्थेचा व्याप प्रचंड वाढला आहे. स्तनाच्या कर्करोगाच्या संशोधनासाठी सुमारे ३०० कोटी डॉलर्सची उभारणी शिवाय जगभरातल्या साठ देशांत माहिती केंद्रांची स्थापना अशा मार्गाने स्तनाच्या कर्करोगाला आळा घालण्यात या संस्थेने अतिशय भरीव कामगिरी केली आहे.

अशा तऱ्हेने पैसे उभे करणे आणि त्यात यशस्वी होणे हे सर्वांना शक्य होईलच असे नाही. शिवाय कर्करोगाचे कठीण उपचार आणि इतर सांसारिक जबाबदाऱ्या सांभाळून सामाजिक कार्य करणे सोपे नसते.

तरीही अनेकजण व्यापातून वेळ काढून आपल्या परीने काहीतरी करताना दिसतात. प्रत्येक कर्करोग आणि त्याची औषधे यांप्रमाणेच त्याचे त्राससुद्धा निरनिराळे असतात. म्हणून बाकी काही जमले नाही तर कित्येक रुग्ण आपल्या अनुभवाचा दुसऱ्यांना फायदा करून देतात. स्वतःच्या वेदना आणि समस्या बाजूला ठेवून इतर रोग्यांना त्यांच्या कठीण स्थितीत धीर देतात. कधी त्यांचा हात धरून मनन-चिंतन करतात तर कधी त्यांना दवाखान्यात घेऊन जातात. माझ्या ऑफिसध्ये आम्ही किमोथेरपी घेणाऱ्या आणि कोणी सोबत नसणाऱ्या रुग्णांना त्या काळात गरम जेवण घरपोच नेऊन देण्याचे काम करतो. अन्न पोहचवण्याचे काम आम्ही करत असलो तरी स्वयंपाक करणारे बऱ्याचदा इतर कर्करोगाचे रुग्णच असतात. याशिवाय बरेच रुग्ण इंटरनेटवरील समूहचर्चेत भाग घेतात आणि त्यातून इतरांना सल्ला व मार्गदर्शन देतात. या सगळ्या उपक्रमातून कितीतरी जनहित साधले जाते.

कर्करोगाच्या अनेक रुग्णांची अशी भावना असते की, या आजाराने त्यांना आयुष्याची किंमत करायला शिकवले. वेळ गृहीत न धरता तो योग्य कारणासाठी वापरायला प्रवृत्त केले. कुणाला पुस्तक वाचून दाखवताना तर कुणाचा फॉर्म भरताना, कधी दुसऱ्याचे डोळे पुसताना व कुणाला सोबत करताना त्यांनी परमार्थ नाही तर स्वार्थही साधला. त्यांना हे उमगले की सगळे संपलेले नाही; आपला सहवास व मदत याला अजूनही मोल आहे. अखेरीस किती जगलात यापेक्षा कसे जगलात, या मापानेच तर आयुष्य मोजायचे असते. संकटातून सत्त्व शोधणारी अशी माणसे त्यांचे जीवनच नाही तर मरणही अर्थपूर्ण करतात.

■

प्रकृती की जीवनपद्धती?

अमेरिकेत वर्षाच्या चक्रानुसार होणारे निसर्गातील बदल फार स्पष्ट बघायला मिळतात. त्यात सर्वात चकित करणारे चित्र वसंत ऋतूच्या प्रारंभी दिसते. हिवाळ्यात गोठलेली धरणी आणि शुष्क पर्णहीन झाडे कळायच्या आत हिरवीगार होऊन जातात. चार महिने कुठेतरी लपून बसलेले प्राणीपक्षी सगळीकडे बागडू लागतात. बघावे तिथे नवी फुले, पाने आणि पिल्ले दिसू लागतात. ही नवनिर्मितीची शोभा बघून मन हरखून जाते. प्रजननाचे सृष्टीचे चक्र असे युगानेयुगे अखंड चालू आहे आणि त्यातूनच सर्व प्राणिमात्र, वनस्पती यांची वंशवाढ अचूक होत आहे. मात्र कधीतरी या प्रक्रियेत चुका होऊ शकतात आणि त्याची परिणिती माणसाच्या बाबतीत गंभीर आजारात होते.

कर्करोग होण्यास जनुकात झालेले दोष कारणीभूत असतात. हे बदल बहुतेक वेळा कर्ककारक गोष्टींशी वारंवार संपर्क आल्यामुळे होतात. परंतु हे नेहमीच खरे नसते. कुठलेही व्यसन अथवा वाईट सवय नसलेल्या माणसांनादेखील कर्करोग झालेला दिसतो. शिवाय हा प्रश्नही आहेच की, लहान मुलांना हा रोग कशामुळे होतो? त्यांना काही तंबाखू, दारू अशा सवयी नसतात आणि कर्करोगाच्या गाठीला वाढण्यास जो दीर्घ काळ लागतो तितके त्यांचे वयही नसते. मग कर्करोग नक्की कशामुळे होतो? आनुवंशिक कारणांमुळे की चुकीचे जगल्यामुळे?

पेशींना अनिर्बंध वाढीची क्षमता प्राप्त होते तेव्हाच कर्करोग उद्‌भवतो आणि ते होण्यासाठी फक्त जनुकातील म्युटेशनच जबाबदार असतात. लहान मुलांमधला कर्करोगसुद्धा जनुकांमधील बदलांमुळेच होतो पण हे दोष का निर्माण होतात याची कारणे वेगळी आहेत. काही मुलांमध्ये हे जनुकातील बदल आनुवंशिक असतात. उदाहरणार्थ, डोळ्याचा कर्करोग

हा बहुतेक वेळा अशा दूषित जनुकामुळे संभवतो. काही प्रसंगी गर्भाची वाढ होत असताना जनुकात दोष निर्माण होऊ शकतो. याकरिता नेहमीच कुठले बाह्य निमित्त नसते; पेशीचे विभाजन होताना त्या प्रक्रियेत अपघाती किंवा अकस्मात चूक होते आणि जन्माला आलेल्या मुलाला कर्करोग होण्याची शक्यता वाढते. याशिवाय ज्या गोष्टी मोठ्या माणसांच्या बाबतीत कर्ककारक आहेत त्यांचाही गर्भावर दुष्परिणाम होऊ शकतो. मद्य, तंबाखू, क्ष-किरणे, कीटकनाशक औषधे आणि काही आजार यांमुळे गरोदर स्त्रीच्या पोटात वाढणाऱ्या बाळाला पुढे कर्करोग होण्याचा धोका वाढू शकतो. गर्भावस्थेत पेशींचे विभाजन अतिशय वेगाने होत असते आणि म्हणून तेव्हा या पेशींना कुठल्याही प्रकारची इजा होऊ नये, याची जास्तीत जास्त काळजी घेणे आवश्यक आहे. जन्माला आल्यावर आजूबाजूचे वातावरण, आहार, आजार यांचाही मुलांना कर्करोग होण्याशी संबंध असू शकतो. संशोधकांना असे वाटते की, मूळ जनुकात दोष किंवा mutation असले तरी बहुतांश मुलांना कर्करोग होण्यामागे लहानपणी एखादे अजून कारण अथवा निमित्त होत असावे; ज्यामुळे या रोगाची वाढ होण्यास चालना मिळते. वस्तुस्थिती अशी आहे की, लहान मुलांना होणाऱ्या कर्करोगाविषयी आपले ज्ञान मर्यादित आहे. बालपणीच्या कर्करोगामधले सुमारे २० टक्के कर्करोग कशामुळे होतात याची आपल्याला सध्या कल्पना आहे. बाकीचे का होतात याविषयी नुसते अनेक तर्क आहेत.

मोठ्या वयातील काही कर्करोग आनुवंशिकतेमुळे होऊ शकतात. काही कुटुंबातील बऱ्याच लोकांना कर्करोग झाल्याचे डॉक्टरांना आढळले. त्यांच्या जनुकांचा सखोल अभ्यास करून गेल्या काही वर्षांत कर्करोगाची शक्यता वाढवणारे वांशिक जनुक दोष प्रकाशात आले आहेत. यामध्ये मुखत्वे स्तन, बीजांडकोष, प्रॉस्टेट व आतडे या प्रकारांचा समावेश आहे. यातील BRAF सारखी म्युटेशन खूप प्रसिद्ध झाली आहेत.

कर्करोग, लहान मुलांना व मोठ्या माणसांना, का व कसा होतो याच्या संदर्भात एक असा मुद्दा मांडला जातो की, हा रोग जनुकांच्या दोषांमुळे होत असल्याने तो जन्मजात आहे आणि म्हणून प्रतिबंधक उपायांचा फारसा काही उपयोग नाही. इंग्रजीमध्ये याला Nature versus Nurture म्हणतात. मराठीत सांगायचे झाले तर आपली प्रकृती व जीवनपद्धती यातील कर्करोग होण्याला अधिक जबाबदार काय? तर या

विषयावर पुष्कळ चर्चा चालू असते. प्रकृतीवर विश्वास ठेवणारे म्हणतात कितीही काळजी घेतली तरी आनुवंशिक दोष असेल तर कर्करोग होणारच. काही वर्षांपूर्वी प्रसिद्ध अभिनेत्री अंजेलिना जोली हिने तिच्या जनुकांच्या mutations बद्दल कळल्यावर पुढे कर्करोग होऊ नये याकरता दोन्ही स्तन काढून टाकले. तिला हा धोका पत्करायचाच नव्हता. कुठलीही वाईट सवय नसताना कर्करोगाने ग्रासलेली व्यक्ती आपल्या प्रत्येकाच्या ओळखीत असते आणि त्यामुळे जन्मामुळे आलेली ही अनिवार्यता आपण सहज समजू शकतो. दुसऱ्या प्रकारचे प्रकृतीचा हवाला देणारे आपल्या चुकीच्या सवयींचे समर्थन करू पाहतात. ते ठामपणे सांगतात की, जर तुमचा पिंड मजबूत असेल तर काही खाऊनपिऊन कर्करोग होत नाही. अर्थात दाखवायला एक-दोन जगावेगळी उदाहरणे असतातच.

विरुद्ध बाजूला असलेले जीवनपद्धतीचे पुरस्कर्ते हे कबूल करत नाहीत. त्यांच्या मते जनुकात लिहिलेले भाकीत खरे होण्यासाठी इतर घटकांची जोड लागते आणि ते आपण कसे जगतो यावर अवलंबून असते. सकस आहार, चांगल्या सवयी, शुद्ध वातावरण या सगळ्या गोष्टी शरीराच्या आरोग्यासाठी पोषक आहेत. त्यांच्यामुळे कर्करोगाची वाढ रोखण्याला मदत होऊ शकते. याउलट आजार किंवा मानसिक ताण माणसाची प्रतिबंधकशक्ती कमी करते. कर्ककारक पदार्थ तर नक्कीच कर्करोग होण्याला हातभार लावतात. संशोधकांनी जुळ्या भावंडांचा अभ्यास करून असा निष्कर्ष काढला की, गुणसूत्रे एकसारखी असली तरी त्यांना सगळे रोग सारखेच होतात असे नाही. याचा अर्थ वातावरण व जीवनपद्धती यांचा परिणाम जनुकांवर होऊ शकतो.

प्रकृतीमुळे जन्मजात धोका असतो हे खरे आहे पण योग्य आचरण अंगीकारले तर अशी दूषित जनुके आणि त्यांचे परिणाम आपण दडपू शकू का? की आपल्या गुणसूत्रांनी लिहिलेल्या प्राक्तनापुढे आपण हतबल आहोत? तसे असेल तर आपली जनुके तपासून ज्या कर्करोगांची संभावना अधिक आहे ते अवयव व इंद्रिये आधीच कापून टाकणे एवढाच प्रतिबंधक मार्ग राहतो.

एकंदरीत हा सगळा वाद म्हणजे चार आंधळे आणि हत्ती यांच्या गोष्टीसारखा आहे. प्रत्येकाचे उत्तर त्यांच्या परीने बरोबर होते. हत्तीला खरेच दोरीसारखी शेपूट व खांबासारखे पाय होते. पण कुणालाच एकसंध

चित्र न दिसल्यामुळे त्यांना हत्तीच्या पूर्ण रूपाचे आकलन होऊ शकले नाही. त्याप्रमाणेच अजून कर्करोगाच्या कारणांची पूर्ण समज आपल्याला कळायची बाकी आहे. आणि समग्र माहितीविना हे कोडे सोडवणे अतिशय कठीण आहे. पण म्हणून निरीक्षणातून आणि अनुभवातून जमवलेली सर्व माहितीसुद्धा खोटी ठरत नाही. प्रकृतीमुळे कर्करोगाची शक्यता वाढते हे निर्विवाद पण म्हणून जीवनपद्धतीचा कर्करोगाशी असलेला संबंध नाकारणे म्हणजे नुसती शेपूट हातात सापडली म्हणून हत्ती अस्तित्वातच नाही, असे म्हणण्यासारखे आहे.

■

चमत्कारांचा रहस्यभेद

अगदी लहानपणापासून आपणा सगळ्यांना अद्‌भुताचे आकर्षण असते. कधी जादूचे प्रयोग बघताना तर कधी परीकथा वाचताना आपण त्यात गुंगून जातो. निसर्गसुद्धा आपल्याला कितीतरी आश्चर्यकारक घटना दाखवत असतो. कोणीही पानगळीच्या ऋतूत अमेरिकेत झाडांच्या पानांचे रंग इतके विलक्षणरीत्या बदलताना पहिल्यांदा पाहिले तर ते इतके अतर्क्य आणि मंत्रमुग्ध करणारे दृश्य असते की तो एक चमत्कारच वाटावा. परंतु चौकस वृत्तीने आयुष्यभर कुठल्याही गोष्टीची शहानिशा केल्याशिवाय अथवा त्यामागचे कारण समजल्याशिवाय विश्वास न ठेवण्याचे व्रत संशोधकांनी आयुष्यभर पाळायला हवे. त्यामुळे पानातील क्लोरोफिल गेल्यामुळे हे सुरेख मोहक रंग दिसू लागतात हे शास्त्रीय सत्य जाणून घेणेही तितकेच आवश्यक वाटते पण त्यामुळे रंगांचा मोहकपणा काही कमी होत नाही.

वैद्यकीय क्षेत्रात विशेषतः कर्करोगाबद्दल अशा अनेक विलक्षण कथा सांगितल्या जातात की, खूप वाढलेला रोग कसा आकस्मिकरीत्या बरा झाला. यातल्या काही गोष्टी खऱ्या असू शकतात. अगदी मध्य युगापासून कर्करोग अचानक बरा होण्याच्या नोंदी मिळतात. तेराव्या शतकात एक तरुण पाद्री पायाच्या हाडाच्या कर्करोगाने ग्रस्त होता. त्यामुळे त्याचा पाय कापण्याची पाळी आली. पण शस्त्रक्रियेच्या वेळी त्याच्या जंतुसंसर्गाने भरलेल्या पायामध्ये कर्करोगाच्या गाठीचा मागमूस नव्हता. कर्करोग पूर्ण निघून गेल्याची अलीकडच्या काळातील सुप्रसिद्ध घटना १८९१ मधली आहे. न्यूयॉर्कमधील डॉक्टर कोली यांच्या एका रुग्णाच्या डाव्या गालावर मुठीएवढा कर्करोगाचा गोळा वाढला होता आणि तो संपूर्ण काढणे अशक्य होते. ती उघडी जखम जंतुसंसर्ग होऊन चिघळली

आणि परिणामी रुग्णाला खूप ताप आला. नवल असे की, तापातून बाहेर येताना त्याची कर्करोगाची गाठ हळूहळू कमी होत गेली. त्याचा कर्करोग पुन्हा कधी परत आला नाही. अगदी प्रसिद्ध अशा या दोनच हकिगती असल्या तरी कर्करोग आकस्मिकरीत्या बरा होऊ शकतो हे या क्षेत्रात काम करणाऱ्या लोकांना ज्ञात आहे. अगदी लाखात एखाद्या रुग्णाचा कर्करोग अचानक निघून जातो. मात्र हे कसे व का होते याचे कुतूहल आणि कोडे संशोधकांना अजून पूर्णपणे सुटलेले नाही. ते त्या व्यक्तीचे नशीब, त्याने केलेले काही खास उपाय की आणखी काही?

बऱ्याच वेळा सर्वसामान्य लोक देव किंवा तत्सम अतिमानवी शक्तीला या गोष्टीचे श्रेय देतात. परंतु चौकसपणा, अविश्वास आणि पुराव्याचा आग्रह हे वरकरणी वाटणारे दुर्गुण म्हणजे शास्त्रीय विचार करणाऱ्या मंडळींची प्रमुख अस्त्रे असतात. त्यामुळे जर या चमत्कारसदृश कहाण्यांच्या मुळाशी गेले तर खरे काय ते कळण्यास मदत होते व त्यातून आपल्या कर्करोगविषयक ज्ञानात लक्षणीय भर पडते.

एक तरुण डॉक्टर १९९०च्या सुमारास वारंवार खोकू लागला. नवीन लग्न, एक वर्षाचा लहान मुलगा आणि हॉस्पिटलचे दमछाक करणारे काम. एक दिवस एक्सरे काढला तर फुप्फुसावर गाठ दिसली. त्याने मनात मरायची तयारी केली, पण कदाचित थोडा वेळ मिळेल अशा आशेने सगळी किमोथेरपीसुद्धा घेतली. त्या काळात फुप्फुसाचा कर्करोग बरा करणे अशक्य होते. आश्चर्याची गोष्ट अशी की, आजही हा डॉक्टर काम करतो आहे, इतकेच नाही तर त्याचा मुलगासुद्धा डॉक्टर झाला आहे. हे कसे, याचे उत्तर फार बोधकारक आहे. यात अद्भुत किंवा दैवी काही नव्हते. त्या डॉक्टरला फुप्फुसात गाठ होती पण तो नेहमी आढळणारा आक्रमकपणे वाढणारा कर्करोग नव्हता. ती गाठ दुसऱ्या प्रकारच्या प्रारंभिक अवस्थेतली कर्करोगाची होती. तो कर्करोग हळू वाढणारा होता आणि त्याकरता प्रभावी औषधे उपलब्ध होती. हे सुरुवातीला कळले नाही पण एकदा लक्षात आल्यावर त्या तरुण डॉक्टरला योग्य इलाज दिले गेले आणि ते यशस्वी झाले. याकरताच जेव्हा कोणी मला काही दैवी किंवा नैसर्गिक उपाययोजना करून कर्करोग पळवून लावला असे सांगतात तेव्हा माझा पहिला प्रश्न असतो की तुम्हाला निदान काय होते याची खात्री आहे का? कारण जर गाठ कर्करोगाची नसून बिनाइन असेल तर यात चमत्कार काहीच नाही.

काही प्रकारच्या कर्करोगांची वाढ भराभर होत नाही किंवा त्यांच्या आपोआप लोपण्याची शक्यता जास्त असते. मुलांच्या विशिष्ट कर्करोगांमध्ये हे आढळते. अशा वेळेलासुद्धा काही चमत्कारिक घडले आहे असे मानण्याची गरज नाही.

या विषयात काम करणाऱ्या लोकांच्या हे पूर्वीपासून लक्षात आले होते की कर्करोगाच्या रुग्णाला दुसरा मोठा संसर्गजन्य आजार झाला आणि त्यातून तो वाचला तर त्याचा कर्करोगही कित्येकदा कमी होऊ लागतो. आकस्मिक रोगमुक्ततेची जुन्या काळातील बहुतेक उदाहरणे अशीच आहेत. यावर आधारित इलाज करण्याचे विसाव्या शतकात बरेच प्रयत्न झाले. विषारी जंतूपासून तयार केलेली लस रुग्णाला टोचली तर त्यामुळे त्याला ज्वर येऊन त्याची रोगप्रतिकारकशक्ती उद्दीपित होईल व त्यातून कर्करोगावर मात करता येईल अशी ही कल्पना होती. परंतु आधुनिक वैद्यकीय उपाय प्रचलित झाल्यावर हे विचार मागे पडले आणि असे उपाय मोजूनमापून करता येत नसल्यामुळे नियामक मंडळांचा याला पाठिंबा नव्हता.

गेल्या वीस वर्षांत अनेक नवीन प्रकारची औषधे विकसित झाली आहेत. मी ग्लीव्हेक या औषधाबद्दल लक्ष्य थेरपीमध्ये लिहिले आहे. या साध्या गोळीने दाखवून दिले की जनुकातील mutation वर अचूक नेम धरला तर काही विशिष्ट प्रकारच्या रक्ताच्या कर्करोगाचे रुग्ण रोगमुक्त होऊ शकतात. तशाच विस्मयकारक गोष्टी प्रतिक्षमता उपचारांमुळे घडत आहेत. यात शरीराची रोगप्रतिकारकशक्ती वापरून कर्करोग नष्ट करण्याची योजना पुन्हा एकदा नवीन ज्ञानाचा वापर करून वापरली जात आहे. ही औषधे कर्करोगाच्या पेशींनी स्वतःभोवती निर्माण केलेले सुरक्षा कवच तोडून किंवा या पेशी हानिकारक आहेत हे ओळखून त्यांचा नायनाट करतात. यातील कित्येक औषधे इतकी परिणामकारक आहेत की अगदी मरणासन्न रोग्यांच्या गाठी जादूची कांडी फिरवल्याप्रमाणे वितळू लागतात आणि कर्करोगाचा लवलेशही उरत नाही. अमेरिकेचे वयोवृद्ध राष्ट्राध्यक्ष जिमी कार्टर यांना २०१६ साली त्वचेचा कर्करोग झाल्याचे कळल्यावर अशाच प्रकारचे औषध दिले व त्यामुळे आज २०१९पर्यंत म्हणजे सुमारे चार वर्षे त्यांना आराम वाटतो आहे. पण याचा अर्थ सर्वांनाच इतका फायदा होईल असे नाही. कर्करोगाचा प्रकार आणि रोग्याची आनुवंशिक प्रकृती, शारीरिक स्वास्थ्य, सवयी, मनोवृत्ती, वातावरण अशा अनेक

घटकांवर इलाज किती प्रभावी ठरेल हे अवलंबून असते. म्हणूनच प्रत्येकाला लागू पडेल असे कर्करोगावरचे रामबाण औषध निर्माण करणे हे एक मोठेच आव्हान आहे.

जेव्हा काही अविश्वसनीय दिसते तेव्हा त्याचा आंधळेपणाने स्वीकार न करता ते कसे घडले असावे हे समजण्याचा प्रयत्न करणे फक्त उपयुक्त नव्हे तर आवश्यक आहे. कर्करोग बरा होण्याचे चमत्कार हे अलौकिक दैवी नसतात, फक्त सर्वसामान्य माणसांना त्यांच्या अज्ञानामुळे तसे वाटते किंवा हतबल परिस्थितीत असा विश्वास ठेवणे त्यांना सोपे जाते. माणसाच्या आयुष्यात श्रद्धेला अनन्यसाधारण महत्त्व आहे. कारण त्यातून आशावाद मिळतो आणि संकटांना सामोरे जाण्याचे सामर्थ्य प्राप्त होते. परंतु दिशाभूल होऊन व खोटी आशा बाळगून पैसे व वेळ याचा अपव्यय टाळणे गरजेचे आहे. अशा फसवणुकीच्या गोष्टी अमेरिकेसारख्या प्रगत देशातसुद्धा घडतात. मी नुकतेच ऐकले की इथले एक चर्च कर्करोगावरचे औषध म्हणून भरमसाट पैसे उकळून कॉस्टिक सोडा देत होते. भारतात कितीतरी बुवा किंवा स्वतःला गुरू म्हणवणारी माणसे असा लोकांचा फायदा घेतात. त्यापेक्षा वाईट म्हणजे आयुर्वेद व होमिओपॅथी अशा इतर वैद्यकीय शाखा जराही ठोस पुरावा न देता कर्करोगासारखे आजार निपटून काढण्याची हमी देतात. या शाखांतील उपचाराने इतर काही आजारात थोडाफार फायदा होतही असेल पण त्यामुळे कर्करोग पूर्ण बरा झाल्याचे शास्त्रीय माहिती व पुराव्यासकट अजून तरी कुठे सादर केलेले एकही उदाहरण नाही. तेव्हा दिशाभूल व अपेक्षाभंग होऊ नये याची काळजी घेणे जरुरीचे आहे.

कर्करोगासारख्या गंभीर आजारात अनपेक्षित रोगमुक्तता घडली तेव्हा त्याच्यामागची कारणे शोधण्याचे कुतूहल संशोधकांनी दाखवले म्हणून आज या विषयाची समज तर वाढलीच पण उत्तम उपाय निर्माण झाले. कर्करोगाचे समूळ उच्चाटन करण्याचे अवघड दिव्य हे डोळसपणे केलेल्या प्रयोगांमुळे आणि निरीक्षणांमुळे पार पडेल. त्यामुळे भविष्यात कधी कर्करोग होऊ नये म्हणून खात्रीलायक उपाय करणे आणि झालाच तर उपचारांनी तो पूर्ण बरा करणे शक्य होईल आणि हा चमत्कार केवळ शास्त्रीय ज्ञानाच्या प्रगतीमुळेच होईल.

■

एक प्रश्न आहे!

कर्करोगाबद्दल शास्त्रीय माहिती मिळाल्यानंतरही अजून अनेक प्रश्न पडू शकतात. त्यांपैकी काही मुख्य प्रश्न व त्यांची उत्तरे यांचे हे संकलन.

❑ **कर्करोगाच्या रुग्णांचा घरात वावर असेल किंवा त्यांच्या सान्निध्यात राहून रोगाची लागण होईल का? हवेतून कर्करोग पसरतो का? रुग्णाबरोबरच्या शारीरिक संबंधातून कर्करोग होऊ शकतो का?**

कर्करोग हा संसर्गजन्य रोग नाही व तो एका माणसाकडून दुसऱ्याला सर्दी-खोकल्याप्रमाणे सान्निध्यात राहून किंवा हवेतून पसरत नाही. मुळात कर्करोग हा पेशींचा रोग आहे आणि एका माणसाच्या पेशी दुसऱ्याच्या शरीरात मुद्दाम घातल्या तरी जगू शकणार नाहीत. तेव्हा तुमच्या घरातल्या व नात्यातल्या रुग्णांबरोबर कुठलेही व्यवहार करताना बिलकूल घाबरण्याची गरज नाही. अगदी थोडे कर्करोग विषाणूंमुळे (virus) होऊ शकतात. अशा वेळेला डॉक्टर नक्की तुम्हाला योग्य त्या सूचना देतील.

❑ **एकदा कर्करोगामधून बरे झालेल्या माणसापासून इतर लोकांना काही धोका उद्भवतो का? जवळ जाणे, कपडे वापरणे हे विशेषतः लहान मुलांच्या बाबतीत टाळावे का?**

❑ **कर्करोगातून बरा झालेला माणूस पुन्हा पूर्वीसारखे दैनंदिन आयुष्य जगू शकतो का?**

❑ **उपचारात गेलेले केस परत येतात का?**

जेव्हा माणूस कर्करोगामधून बरा होतो तेव्हा त्याच्या शरीरातील गाठ पूर्णपणे नष्ट होते किंवा दिलेल्या उपचारांचा परिणाम होऊन ती गाठ पुढे वाढण्याची बंद होते. शस्त्रक्रिया करून अथवा किमोथेरपी, रेडिएशन या उपायांनी असे होऊ शकते. अशा वेळेला त्या व्यक्तीला कर्करोगाचा काही धोका राहिलेला नसतो. आजारामुळे किंवा

उपचारामुळे कधीतरी एखादे व्यंग किंवा शस्त्रक्रियेच्या खुणा राहून जातात किंवा काही किरकोळ त्रास होत राहतात. किमोथेरपीचे बहुतेक सर्व दुष्परिणाम जसा वेळ जातो तसे नाहीसे होतात व गेलेले केसही परत येतात. हे रुग्ण आता बहुतांशी तुमच्याआमच्यासारखे अगदी सर्वसामान्य असतात आणि 'उत्तरजीवी' या प्रकरणात लिहिल्याप्रमाणे पुन्हा नेहमीचे दैनंदिन आयुष्य जगू शकतात. काही वेळा जर मुद्दाम सांगितले नाही तर त्यांना कर्करोग झाला होता हे समजणे अशक्य असते. ही रोगाला तोंड देऊन वाचलेली माणसे त्यांना झेपेल ते काम करून नव्याने जीवनाला सामोरी जातात ही कौतुकास्पद गोष्ट आहे. त्यांच्या संपर्कामुळे, जवळिकीमुळे, त्यांनी केलेले खाल्ल्यामुळे, वा त्यांचे कपडे वापरल्यामुळे लहान-थोर, इतर आजारी व निरोगी माणसे यांना यत्किंचितही धोका उद्भवत नाही.

माझी सर्व वाचकांना कळकळीची विनंती आहे की, कर्करुग्णांना घाबरून त्यांच्यापासून दूर पळू नका अथवा त्यांना वाळीत टाकू नका. हा रोग एकाचा दुसऱ्याला लागत नाही. तेव्हा या आजारी किंवा बऱ्या झालेल्या लोकांना ममत्वाने वागवा आणि आपल्यात सामावून घ्या.

❑ **धूप, उदबत्ती, प्रदूषण, प्लॅस्टिकचे डबे यांचा कर्करोग होण्याशी काही संबंध आहे का?**

धूप वा उदबत्तीच्या धुराचा आणि कर्करोगाचा काही संबंध असल्याचा कुठलाच पुरावा सापडलेला नाही. घशातोंडातून सतत किंवा मोठ्या प्रमाणात धूर आत जाईल असा या गोष्टींचा वापर सहसा होत नाही. त्यामुळे त्याने इजा होण्याची शक्यता कमी आहे.

प्रदूषण म्हणजे दूषित हवा. ती मात्र आपण प्रत्येक श्वासाला शरीरात घेतो. या हवेत जर गाड्यांचा exhaust, गिरणीचा धूर वगैरे मिसळले असेल तर त्यातल्या कर्ककारक घटकांमुळे कर्करोगाची शक्यता वाढू शकते. या बाबतीतले तज्ज्ञ असे म्हणतात की, हा धोका धूम्रपानापेक्षा कमी आहे परंतु अगदीच नगण्य नाही.

प्लॅस्टिकचे डबे-बाटल्या यांचा वापर आणि कर्करोग यांचा संबंध असल्याचा काही ठाम पुरावा संशोधकांना मिळालेला नाही. प्लॅस्टिक डब्यात अतिशय गरम अन्न ठेवणे, किंवा प्लॅस्टिक भांडे वापरून मायक्रोवेवमध्ये गरम करणे वा उन्हात ठेवणे टाळले तर बरे, असे सांगितले जाते.

❑ **मोबाइल टॉवरच्या जवळ घर असले किंवा सतत मोबाइल कानाला लावून बोलले तर कर्करोग होऊ शकतो का?**

आतापर्यंत संकलित केलेल्या माहितीप्रमाणे मोबाइल टॉवरच्या जवळ राहून किंवा मोबाइल फोनवर बोलून कर्करोगाची शक्यता वाढते असा ठाम पुरावा नाही. याचे कारण हे असू शकेल की, या तंत्रज्ञानात कमी प्रभावाच्या किरणोत्सर्गी लहरी वापरल्या जातात; ज्यांच्यामुळे शरीरातील पेशींना अपाय होत नसावा. मोबाइल वापर खूपच जास्त असेल तर इअरफोन लावण्याची खबरदारी घेणे उचित ठरेल.

मोबाइल टॉवर बऱ्याच उंचीवर असतात. शिवाय मधे इतर इमारती, घराच्या भिंती असे अडथळे असतात. त्यामुळे मोबाइल टॉवरपासून निघणाऱ्या लहरी तुमच्या घराच्या आत पोहचेपर्यंत पुष्कळ निष्प्रभ होणे अपेक्षित आहे. हे सर्व लक्षात घेता त्यापासून माणसाला कर्करोगाचा धोका उद्‌भवेल असे वाटत नाही.

❑ **Passive smoker म्हणजे नक्की कोण? अशा व्यक्तीला कर्करोग झाल्यास एवढे जीवघेणे उपचार घेणे आवश्यक आहे का? घरात सतत सिगरेट ओढली जात असेल तर त्याचा तिथे राहणाऱ्या इतर लोकांवर काय परिणाम होतो?**

जेव्हा सिगरेट न ओढणाऱ्या व्यक्तीच्या श्वासात हवेतून तो धूर जातो त्याला passive स्मोकिंग म्हणतात. दारूगुत्त्यासारख्या ठिकाणी किंवा घरात सतत सिगरेट ओढली तर वातावरणात असा धूर कोंडलेला असतो आणि तिथे राहणाऱ्या लोकांवर त्याचे दुष्परिणाम होतात. Passive स्मोकरमध्ये कर्करोगाचे प्रमाण लक्षणीय प्रमाणात जास्त असते. दुर्दैवाने एकदा कर्करोग झाला, मग तो कुठल्याही कारणाने व दुसऱ्याच्या चुकीने असला तरी, सगळे उपचार घ्यावे लागतात.

❑ **पुष्कळ वर्षे औषधे घेऊन कर्करोग होऊ शकतो का? त्वचेला मलम लावून कर्करोग होईल का?**

हे तुम्ही कुठली औषधे व काय कारणासाठी घेता यावर अवलंबून असते. नेहमीच्या वापरातील म्हणजे उच्च रक्तदाब, मधुमेह याची औषधे कोट्यवधी लोक दीर्घकाळ घेत आहेत आणि त्यांचे असे दुष्परिणाम दिसलेले नाहीत. इतर काही औषधे पुष्कळ वर्षे वापरली तर कर्ककारक ठरू शकतात, असा मतप्रवाह आहे पण या बाबतीतले निर्णय बदलत राहतात. त्यामुळे सर्व औषधे व मलमे फक्त डॉक्टरच्या सल्ल्याप्रमाणे

आणि आवश्यक आहेत तेव्हाच वापरणे अतिशय जरुरीचे आहे. कर्करोगासाठी किमोथेरपीची औषधे घेऊन बऱ्या झालेल्या माणसांना, विशेषतः लहान मुलांना, कित्येक वर्षांनी दुसरा कर्करोग होऊ शकतो असे लक्षात आले आहे.

❑ **जखमांमुळे कर्करोग होण्याची शक्यता आहे काय?**

जखमा व दुखापत यामुळे कर्करोग होतो याला काही पुरावा नाही. मात्र काही वेळेला धडपडून हाडाला मार लागला वगैरे अशा काही कारणाने डॉक्टरकडे गेले असताना त्याच वेळेला कर्करोग सापडला असे होते. अशा वेळेला दुखापतीमुळे कर्करोग झालेला नसतो. तो रोग आधीच अस्तित्वात असतो आणि या प्रसंगी तपासणी झाल्यामुळे लक्षात येतो.

❑ **मानसिक ताण व कर्करोग याचा काही संबंध आहे का?**

मानसिक ताणामुळे तब्येत बिघडू शकते पण त्यामुळे कर्करोगाची शक्यता वाढते, असे अजून तरी दिसलेले नाही. काही तज्ज्ञांचे मत असे आहे की, सततच्या ताणामुळे आपली प्रतिबंधकशक्ती कमकुवत होते आणि त्याचा परिणाम म्हणून कर्करोग होण्याची शक्यता वाढू शकेल.

कर्करोगाच्या रुग्णात मानसिक ताण कमी आणि सकारात्मक विचार अधिक असतील तर उपचारांचा जास्त फायदा होतो असे आढळले आहे. त्यामुळे इलाज चालू असताना व्यायाम, योगसाधना किंवा इतर काही छंद करून मन आनंदी व शांत ठेवावे, असा सल्ला दिला जातो.

❑ **कर्करोगाचे निदान लवकर व्हावे याकरता काही चाचणी म्हणजे tests उपलब्ध आहेत का?**

सहजपणे करता येणाऱ्या आणि खात्रीलायक अशा तपासण्या सध्या तरी मर्यादित प्रकारच्या कर्करोगासाठी उपलब्ध आहेत. गर्भाशयाच्या मुखाच्या कर्करोगाचे निदान PAP नावाच्या टेस्टने करता येते आणि त्यामळे लाखो बायकांचा फायदा झाला आहे. भारतात याहून अधिक साधी टेस्ट विकसित केली आहे आणि अगदी लहान गावातूनही ती करता येते.

पाश्चात्त्य देशांत पन्नाशीनंतर आतड्याचा कर्करोग बघण्यासाठी कोलोनोस्कोपी व स्त्रियांसाठी स्तनाचा कर्करोग आहे का, ते तपासण्यासाठी मॅमोग्राम करतात. या टेस्ट्स महाग आहेत आणि भारतात फारशा प्रचलित नाहीत. स्वयं स्तनपरीक्षा कर्करोगाचे निदान लवकर

होण्यासाठी फार उपयोगी असते. ह्याबद्दल माहिती घेऊन ती नियमित करणे बायकांकरता आवश्यक आहे.

याशिवाय जनुकांची तपासणी करून कर्करोग प्रवृत्त करणारे काही बदल (mutations) कळू शकतात. परंतु काही सबळ कारण असल्याशिवाय अशी चाचणी सहसा करत नाहीत.

❑ **कर्करोग हा आनुवंशिक रोग आहे का? जर अनेक कुटुंबीयांना कर्करोग झाला असेल तर काय काळजी घ्यावी?**

आता असे लक्षात आले आहे की कर्करोगाला चालना देणारी काही mutations म्हणजे जनुकातील दोष हे आनुवंशिक असतात. यात स्तन, बीजांड कोष, आतडे, प्रोस्टेट यांतील काही प्रकारच्या कर्करोगांचा समावेश आहे. त्यामुळे कुटुंबातील अनेक व्यक्तींना कर्करोग झाला तर जनुकांची तपासणी करून इतर नातेवाइकांना धोका आहे का, हे ठरवले जाते. अलीकडे genetics म्हणजे गुणसूत्रे व जनुके यांचे विश्लेषण करणाऱ्या डॉक्टरकडे जाऊन तपासून घेता येते. यातून कर्करोगाची नक्की शक्यता दाखवणारे दोष कळू शकतात व त्यामुळे अधिक सावधगिरी बाळगता येते. परंतु ही सोय अजून थोड्याच प्रकारच्या कर्करोगासाठी आणि मोजक्या ठिकाणी उपलब्ध आहे.

कुटुंबातील एकाहून अधिक व्यक्तीला कर्करोग झाला तरी त्याचे कारण लगेच आनुवंशिकता असेलच असे नाही. काही वेळेला घरात अनेकजणांना कर्करोग होण्याला त्यांची समान जीवनपद्धती कारणीभूत असू शकते. कुटुंबातील एकाच बाजूला (म्हणजे आईच्या किंवा वडलांच्या) एकाच प्रकारचे कर्करोग झाले. (उदा. आईची आई व दोन मावश्या यांना स्तनाचा कर्करोग अथवा काका आणि चुलत भाऊ यांना प्रोस्टेटचा कर्करोग असे) किंवा घरातील एकाहून अधिक मुलांना कर्करोग झाला, किंवा जवळच्या नात्यातल्या एका माणसाला दोन वेगळ्या प्रकारचे कर्करोग झाले, तर या ठिकाणी आनुवंशिक दोष असण्याची शक्यता बळावते. अशा लोकांनी जनुकांच्या तपासणीसाठी चौकशी करणे योग्य ठरेल.

याशिवाय काही इतर सावधगिरी घेणेदेखील फायद्याचे आहे. ज्यामुळे कर्करोगाची शक्यता वाढते अशा सवयी म्हणजे तंबाखू, मद्य, लाल मांसाचे अतिसेवन इत्यादी टाळाव्या. पौष्टिक चौरस आहार, व्यायाम यातून शरीर प्रमाणबद्ध आणि निरोगी राखावे. कर्करोगाचे कुठलेही लक्षण

जाणवले तर लगेच डॉक्टरला दाखवावे. आणि मुख्य म्हणजे कर्करोगाच्या लक्षणांची माहिती करून घेऊन सावध राहावे.

इथे पुन्हा आवर्जून सांगायचे आहे की, कर्करोग नाही तर सदोष जनुके आनुवंशिक असतात. त्यांच्यामुळे रोग होण्याची शक्यता नक्कीच वाढते आणि हे आधी कळले तर काळजी घेऊन आजार टाळण्याचा प्रयत्न करता येतो.

❑ **वाईट सवयी नसलेल्या लोकांना कर्करोग का होतो?**

याचे खात्रीपूर्वक व संपूर्ण उत्तर अजून देता येत नाही पण याबद्दल अभ्यास चालू आहे. यात दोन गोष्टी विचारात घेतल्या पाहिजेत. प्रत्येक व्यक्तीच्या जनुकात असलेले अंगभूत दोष आणि वातावरणात असणारे पण अजून आपल्याला माहिती नसणारे कर्ककारक घटक. जशी या ज्ञानात आपली प्रगती होत राहील तसतसे हे कोडे उलगडत जाईल.

❑ **कर्करोगाची मुख्य लक्षणे कोणती? कर्करोग झालाय की नाही याची खात्री कशी करावी?**

आतापर्यंतच्या माहितीवरून तुम्हाला हे समजले असेल की, कर्करोग हा एक विशिष्ट आजार नसून अनेक रोगांचा समुदाय आहे आणि म्हणूनच त्याचे अस्तित्व कुठल्या तऱ्हेने जाणवेल हे सांगता येत नाही. कर्करोगाच्या मूळ पेशींचा प्रकार व त्यांची जिथे वाढ झाली आहे तो अवयव तसेच रोगाची स्टेज आणि इतर इंद्रियांवर झालेला दुष्परिणाम अशा सगळ्या गोष्टींवर या आजाराची लक्षणे अवलंबून असतात. मी इथे काही प्रमुख प्रकारच्या कर्करोगाची अत्याधिक प्रमाणात दिसणारी लक्षणे देत आहे. वाचकांनी कृपया हे समजून घ्यावे की, यातील प्रत्येक तक्रार इतर अनेक आजारांत दिसून येते. म्हणून खालीलपैकी एखादा त्रास झाला तर लगेच घाबरून जाऊ नये पण त्याचबरोबर काहीतरी अचानक आणि अनपेक्षित होत असेल आणि ते स्वतःच्या तब्येतीशी विसंगत वाटले तर नक्कीच डॉक्टरला दाखवावे. जर कर्करोग नसेल तर उत्तमच आहे पण असेल तर लक्षणे दिसू लागल्यावर लगेच तपास केल्यामुळे कर्करोग प्राथमिक अवस्थेतच सापडण्याची शक्यता वाढते.

शरीराच्या कुठल्याही भागात हाताला चाचपून गाठ लागली तर ती तपासून घेणे शहाणपणाचे आहे. बहुतेक वेळेला गाठी निरुपद्रवी benign असतात पण गाठ हे कर्करोगाचे मुख्य लक्षण असल्यामुळे दुर्लक्ष करू नये.

इतर महत्त्वाची लक्षणे म्हणजे कारणाशिवाय वजन कमी होणे, वारंवार येणारा बारीक ताप, खूप दमल्यासारखे वाटणे किंवा आराम करूनही न जाणारा थकवा, औषधे घेऊनही रेंगाळणारी पाठदुखी अथवा डोकेदुखीसारखे दुखणे, मलमूत्र विसर्जनाच्या सवयीत बदल दिसणे, आवाजात बदल होणे किंवा घोगरेपणा येणे, गिळायला त्रास होणे आणि शरीराच्या कुठल्याही भागात तीव्र वेदना होणे.

सतत खोकला येत असेल; एखादी जखम किंवा व्रण बरा होत नसेल; नाक-तोंड-मल-मूत्र इत्यादीतून रक्त जात असेल; कारणाशिवाय रक्तस्राव होत असेल अथवा रक्त गोठण्यास उशीर लागत असेल तर तपासणी करून घेणे योग्य ठरेल. तोंडाच्या आत पांढरट चट्टे दिसले तर ते कर्करोग-पूर्व आजाराचे नाहीत याची खात्री करणे उचित आहे.

त्वचेचा मेलॅनोमा हा कर्करोग आपल्यासारख्या सावळ्या वर्णाच्या जमातीत कमी दिसतो. तरीही एखादा तीळ अथवा मस अचानक मोठा होऊ लागला, रंग बदलू लागला तर डॉक्टरला लगेच दाखवावे.

यांपैकी कुठल्याही त्रासाकरता जर कर्करोगाची शक्यता दूर करण्याची गरज वाटली तर पुढे इतर अनेक टेस्ट कराव्या लागतात. या प्रक्रियेबद्दल 'कर्करोगाचे निदान' या लेखात विस्ताराने वाचता येईल.

❑ **कर्करोग जीवाला घातक का ठरतो? या रोगामुळे माणसाला मृत्यूचा धोका का निर्माण होतो?**

कर्करोगामध्ये प्रथम पेशींची अनिर्बंध वाढ होते. रक्ताचा कर्करोग सोडला तर इतर सर्व प्रकारांमध्ये यामुळे मूळ ठिकाणी गाठ तयार होते आणि नंतर या पेशी शरीरातील इतर इंद्रियात पसरतात व तिथेही वाढू लागतात. या वाढीमुळे त्या इतर इंद्रियांच्या, उदाहरणार्थ यकृत, मेंदू किंवा फुप्फुस, कार्यात अडथळा निर्माण होतो. अशीच वाढ चालू राहिली की, शरीराच्या ज्या भागात या कर्करोगाच्या पेशी गेल्या असतील तिथले कार्य बंद पडते आणि त्यामुळे शरीर बंद पडते.

❑ **किमोथेरपी व तत्सम उपाय सोडून काही भारतीय अथवा वेगळे पर्यायी उपचार कर्करोगासाठी वापरावे का?**

कर्करोगाकरता पाश्चात्त्य वैद्यकीय पद्धतीचे जे उपचार आहेत ते भक्कम पुराव्यावर आधारित आहेत. कुठलेही औषध वा इलाज किती लक्षपूर्वक तपासणी करून मग रुग्णांसाठी वापरायला मंजूर केले जातात याबद्दलची माहिती पुस्तकात इतरत्र आहे. अशा तऱ्हेची कडक पडताळणी किंवा

चाचणी आयुर्वेद अथवा होमिओपॅथी या औषधांच्या बाबतीत होत असेल तर त्याबद्दल खात्रीलायक माहिती उपलब्ध नाही. त्यामुळे अशा पर्यायी उपायांनी किती फायदा होईल ते सांगणे कठीण आहे. शिवाय असे उपाय करण्यात पैसे आणि कित्येकदा अत्यंत मोलाचा वेळ खर्च होतो. परंतु एकंदरीत तब्येत व मानसिक स्थिती चांगली राहावी याकरता पूरक म्हणून हे उपचार उपयोगी पडू शकतात. तसेच योगासने, ध्यान करण्यासदेखील काहीच हरकत नसते. मात्र हे उपाय डॉक्टरांच्या अनुमतीनेच करावे.

❑ **कर्करोग आणि त्याच्या उपचारांचा आजारी व्यक्तीच्या प्रजनन-क्षमतेवर काय परिणाम होतो? त्यांना मुले होऊ शकतात का? होऊ देणे योग्य आहे का?**

कर्करोगाकरता वापरल्या जाणाऱ्या बहुतेक उपचारांचे उद्दिष्ट अनियंत्रित पेशींची वाढ थांबवणे हे असते आणि त्यांचा रोख कर्करोग पेशींच्या जनुकांना इजा करून नष्ट करणे हा असतो. या उपचारांचा दुष्परिणाम शरीरातील निरोगी पेशींवर, विशेषतः वेगाने वाढणाऱ्या पेशींवरदेखील, होतो. यात पुरुषांचे शुक्राणू आणि स्त्रीच्या शरीरातील बीज यांचा समावेश आहे. त्यामुळे कर्करोगाचे उपचार घेणाऱ्या रुग्णांनी आपल्या जोडीदाराशी शारीरिक संबंध ठेवले तरी कुठल्याही परिस्थितीत गर्भधारणा न होऊ देण्याची सक्त ताकीद त्यांना दिली जाते. याचे कारण असे की, कर्करोगाच्या उपचारांनी जनुकांना हानी पोचून त्यामुळे गर्भावर विपरीत परिणाम होण्याची दाट शक्यता असते.

कर्करोगाचे उपचार चालू असताना आणि नंतर बरे झाल्यावर शारीरिक संबंध ठेवण्यास सहसा मनाई केली जात नाही. मात्र या आजाराच्या मानसिक व शारीरिक आघातामुळे किंवा शरीरात उपचारांमुळे झालेल्या बदलांमुळे हे नाते कदाचित पूर्वीसारखे राहणार नाही. अशा वेळेला समुपदेशन आणि आपापसातील समजूत याचा खूप फायदा होऊ शकतो.

कर्करोगाच्या उपचारांमुळे व्यक्तीच्या प्रजननक्षमतेवर अनेक तऱ्हेचे परिणाम होऊ शकतात. पण यातले काही तात्पुरते असतात आणि सगळेच फार गंभीर नसतात. शेवटी कुठले वा किती अनिष्ट परिणाम होतील हे खूप गोष्टींवर अवलंबून असते. उदाहरणार्थ, शस्त्रक्रिया काय केली, किमोथेरपी कुठली व किती तीव्रतेची दिली, रेडिएशन शरीराच्या कुठल्या भागाला दिले, इत्यादी.

आजच्या काळात तरुण रुग्ण त्यांच्या डॉक्टरशी या विषयावर आधी बोलून त्यांची प्रजननक्षमता उपचारांनंतर टिकून राहावी यासाठी काळजी घेऊ शकतात. कर्करोगातून बरे होऊन निरोगी मुलांना जन्म देणे आता शक्य आहे पण ते प्रत्येकासाठी नाही. याकरता डॉक्टरच्या सल्ल्यानुसार वागणे आवश्यक आहे.

❑ **कर्करुग्णांना वैद्यकीय उपचारांच्या पलीकडे काय मदत मिळू शकते?**

गेल्या काही वर्षांत कर्करोगाच्या उपचारांत अर्थपूर्ण आणि भरीव प्रगती झाली आहे. त्यामुळे आज अधिकाधिक रुग्णांना या आजारानंतरही नीट आयुष्य जगणे शक्य होत आहे. परंतु रोग उशिरा लक्षात आल्यामुळे किंवा असाध्य प्रकारचा कर्करोग झाल्यामुळे दुर्दैवाने कधीतरी अशी वेळ येते की, डॉक्टर म्हणतात, आता काहीच उपाय राहिलेले नाहीत. अशा परिस्थितीत परिहार सेवा खूप महत्त्वाची ठरते. पाश्चात्त्य देशांतून गंभीर आजार झालेल्या माणसांना त्यांच्या वेदना व त्रास कमी करण्यासाठी आणि उपचार सुसह्य करण्यासाठी सुरुवातीपासून मदत मिळू शकते. अंतिम काळ जवळ आलेल्या लोकांनासुद्धा शारीरिक व मानसिक आराम मिळावा; त्यांना यातना असह्य होऊ नयेत आणि शांतपणे जीवनाची अखेर करता यावी, ही अपेक्षा माणुसकीला धरून रास्तच आहे. अशा प्रकारची सोय करणारी परिहार सेवा (Hospice Care) भारतात फार थोड्या ठिकाणी उपलब्ध आहे. तरीसुद्धा गरज पडल्यास याबाबत जवळच्या हॉस्पिटलमधील माहिती केंद्रात जरूर चौकशी करावी. परिहार सेवेमुळे रोगी व त्यांच्या आप्तस्वकीयांना पुष्कळ दिलासा व आधार मिळतो.

■

कर्करोगनिर्मूलनाचे आव्हान

कर्करोग कधी आणि कुणाला होईल याची खात्री देत येत नाही यावर कुणाचेही दुमत होणार नाही. हा आजार त्रासदायक आणि जिवावर बेतणारा. याने ग्रासलेल्या प्रत्येक मनुष्याची एक वेगळी कहाणी असते; जी ऐकताना परक्यांचेही डोळे ओलावतात. त्यातील काही व्यक्ती ज्या आयुष्याच्या ऐन उमेदीत असतात किंवा समाजासाठी कार्य करून झटत असतात. त्यांचे जाणे अनेकांच्या मनाला चटका लावून जाते. कधीतरी या शोकातून एक चळवळ व निर्धार निर्माण होतो आणि त्यातून नवीन विचारधारा व संशोधनाला चालना मिळते.

२०१५च्या मे महिन्यात अमेरिकेचे उपराष्ट्राध्यक्ष जो बायडन यांचा ४६ वर्षांचा मुलगा मेंदूच्या कर्करोगाने निधन पावला. आपल्या सर्वात मोठ्या मुलाच्या अकाली मृत्यूने बायडन अतिशय उदास व विषण्ण झाले. याचा परिणाम म्हणून त्यांनी अमेरिकेत होणाऱ्या पुढच्या राष्ट्राध्यक्षपदाच्या निवडणुकीत उभे न राहण्याचा निर्णय घेतला. आपले राजकारणातील वजन व अनुभव वापरून त्यांना दुसरे काही कार्य करायचे होते. कर्करोगाचे रुग्ण आणि त्यांचे नातेवाईक किती हतबल आणि असमर्थ होतात, हे प्रत्यक्ष भोगल्यामुळे त्यांनी या बाबतीत काही ठोस पावले उचलावीत, असा निश्चय केला. त्यांच्या प्रयत्नांना मूर्त स्वरूप आले ते जानेवारी २०१६ मध्ये. अमेरिकेचे राष्ट्राध्यक्ष बराक ओबामा यांनी तेव्हा केलेल्या संसदीय भाषणात असे घोषित केले की, कर्करोग निपटून काढण्याचा या देशाने संकल्प केला आहे. काही पिढ्यांपूर्वी अमेरिकेने असाच चंद्रावर माणूस पाठवण्याचा विडा उचलला होता आणि तो यशस्वीरीत्या पूर्णत्वाला नेला. त्यावरून या कर्करोगावर विजय मिळवण्याच्या मोहिमेला 'moonshot' असे नाव दिले आहे आणि बायडन हे या यानाचे कप्तान आहेत.

जगात कर्करोगावर केवढे शोध आणि प्रयोग चालू आहेत याची भारतात काय पण या क्षेत्राबाहेर काम करणाऱ्या अमेरिकन माणसांनासुद्धा अजिबात कल्पना नसेल. दरवर्षी मे-जूनच्या दरम्यान शिकागो शहरात कर्करोगाची प्रचंड मोठी परिषद भरते. ही आयोजित केली जाते अमेरिकन सोसायटी ऑफ क्लिनिकल ऑंकॉलॉजी (एस्को) या संस्थेकडून. पन्नासहून अधिक वर्षांपूर्वी एप्रिल १९६५ मध्ये अमेरिकेतील ७० डॉक्टर फिलाडेल्फिया या गावात एकत्र आले आणि त्या पहिल्या परिषदेत कर्करोगासंबंधी तीन विषयांवर भाषणे व चर्चा झाली. जसजसे कर्करोगाबद्दल अनुभव आणि ज्ञान वाढत गेले त्यानुसार लोकांची एकमेकांशी बोलून विचारांची देवाणघेवाण करण्याची इच्छा व गरज तीव्र झाली आणि या एस्को परिषदेचा व्याप कमालीचा वाढला. २०१९च्या एस्कोसाठी एकंदर ४२ हजार लोक आले होते आणि यातील ५० टक्के अमेरिकेच्या बाहेरून म्हणजे परदेशातून आले होते. यात भारतीय माणसे गोठ्या प्रमाणावर दिसत होती. इतका प्रचंड जनसमुदाय सामावण्यासाठी जागाही तितकीच मोठी हवी. गेली कित्येक वर्षे एस्को फक्त शिकागोमध्येच भरते. कारण बाकी कुठल्याच शहरात इतके मोठे मीटिंग सेंटर नाही. निळ्याशार अथांग मिशिगन सरोवरच्या काठी विशाल McCormick हॉल आहे. या सेंटरमध्ये वेगवेगळ्या आकाराच्या १७० खोल्या आहेत; ज्यांमध्ये परिषदेचे पाचही दिवस अखंड सभा व चर्चासत्रे चालू असतात. या खोल्यांचे एकत्रित क्षेत्रफळ ६ लाख चौरस फूट एवढे आहे. मुख्य सभादालन तर अजस्रच आहे. तिथे एका वेळेला अठरा हजार माणसे बसून मुख्य भाषणे ऐकू शकतात. या परिषदेला येणाऱ्यांपैकी निम्म्याहून अधिक कर्करोगाचे डॉक्टर असतात. इतर व्यावसायिक म्हणजे नर्सेस, संशोधक, समाजसेवक, रुग्णांचे प्रतिनिधी आणि वैद्यकीय शाखेचे विद्यार्थीसुद्धा बहुसंख्येने दिसतात. या परिषदेत Oncology मधले बहुतेक सगळे रथी-महारथी नजरेस पडतात. त्यांची भाषणे होतातच पण त्याचबरोबर इतर संशोधनावर आधारित हजारो शास्त्रीय माहितीचे पेपर व पोस्टर्स पाहायला मिळतात. नवशिक्या लोकांसाठी सर्जरी, किमोथेरपी, आणि अशा इतर अनेक विषयांमधील निष्णात व्यक्ती शैक्षणिक वर्ग घेतात. शिवाय इथे एक प्रदर्शन दालन असते; ज्यामध्ये शेकडो औषध कंपन्या (फार्मा) त्यांची चालू औषधे आणि भविष्यात येणाऱ्या नवीन शक्यतांबद्दल माहिती देत असतात. इथे

तुम्हाला कर्करोगाच्या कामाशी संबंधित इतरही गोष्टी म्हणजे पुस्तके, उपकरणे वगैरे, यांची चौकशी करता येते. तर अशा रीतीने अत्यंत हुशार व प्रतिष्ठित व्यक्ती खांद्याला झोळी लावून या हॉलमध्ये ज्ञानार्जनासाठी पाच-सहा दिवस अखंड पायपीट करत राहतात. अनेक व्याख्याने आणि विचार ऐकतात; पुष्कळ लोकांना भेटतात; पुढे येणाऱ्या घडामोडींची चाहूल घेतात आणि स्वतःच्या कार्यासाठी नवीन कल्पना आणि स्फूर्ती घेऊन परत जातात. यातील बहुतेक जण आषाढीची वारी करावी त्या श्रद्धेने दर वर्षी एस्कोला येऊन हजेरी लावतात. मीसुद्धा या परिषदेला सोळा वर्षे येते आहे. कधीतरी खूप दमायला होते कारण दर दिवशी पाच-सहा मैल चाल सहज होते. पुढच्या वर्षी न येण्याचे ठरवते पण अजून तरी या कर्करोगाच्या अभ्यासाच्या पंढरीपासून दूर राहायला जमलेले नाही.

जगात अनेक ठिकाणी कर्करोगाविषयी सभा व संमेलने होतात पण त्यांचा आवाका एस्कोहून लहान असतो. सगळे नवीन शोध, या रोगाची कारणे, निदान, उपचार बहुतेक एस्कोमध्येच प्रथम सादर केले जातात. इथल्या सभेत बोलायला संधी मिळणे हा बहुमान समजला जातो. त्याचा अर्थ असतो तुमचे या क्षेत्रातील काम मोलाचे व उपयुक्त आहे. लाखो रुग्णांना आशा असते की, या वर्षी तरी त्यांच्या आजारावर उपाय सापडल्याची बातमी मिळेल. एस्कोच्या समितीने २०१६ साली बायडन यांना त्यांच्या moonshot या उपक्रमाबद्दल बोलण्यासाठी पाचारण केले होते. पाच-सहा महिन्यांच्या अल्प काळात या योजनेला चांगला प्रतिसाद मिळाला होता आणि कित्येक हॉस्पिटल व संशोधन केंद्रांनी या दृष्टीने पावले टाकायला सुरुवात केली होती. बायडन यांना कर्करोगाला नेमके कसे पादाक्रांत करायचे आहे? अमेरिकन सरकार कर्करोगावर संशोधन करण्यासाठी जास्त निधी उपलब्ध करेल पण नुसते तेवढे करून कर्करोग नष्ट होणार नाही. बायडन यांचा प्रस्ताव असा आहे की, कर्करोगाबद्दल विचार करण्याचा दृष्टिकोन बदलून मग विविध उपायांची भक्कम फळी उभारणे आवश्यक आहे. त्यात सर्वात महत्त्वाचे म्हणजे कर्करोगावर काम करणाऱ्या लोकांनी आपापली माहिती मोकळेपणाने आणि वेळेवर इतर डॉक्टर अथवा संशोधकांना दाखवली पाहिजे. त्यात भिन्न क्षेत्रांतील तज्ज्ञ माणसांचा समावेश केला पाहिजे. अशा तऱ्हेने मोठ्या प्रमाणावर माहिती गोळा करून तपासली जाईल तेव्हा चुका पटकन लक्षात येतील आणि

योग्य दिशा सापडायला दिरंगाई होणार नाही. बायडन यांच्या मते कोणी एक व्यक्ती किंवा कुठला एक उपाय कर्करोगाला नामोहरम करू शकणार नाही. म्हणून आपले स्वत्व सोडून आणि मोकळ्या मनाने जेव्हा सहकार्य करण्यास प्रारंभ होईल तेव्हा कर्करोगावर मार्ग शोधणे सुकर होईल. चंद्रावर पोहचण्यासाठी हजारो प्रकारचे निष्णात लोक एकजुटीने झटले तसाच प्रयत्न कर्करोगाच्या उच्चाटनासाठी केला तरच हे असाध्य कार्य साध्य होऊ शकेल.

कर्करोगाचे समूळ उच्चाटन होईल की नाही, हा एक वादाचा मुद्दा आहे. तरीही या उपक्रमातून कर्करोगाविषयी खूप अर्थपूर्ण आणि उपयोगी प्रगती होईल, अशी सगळ्यांनाच अपेक्षा वाटतेय. आपल्या मुलाच्या अकाली जाण्याच्या दुःखानंतर जगण्यासाठी बायडन यांनी ह्या ध्येयाचा किंवा स्वप्नाचा आधार घेतला. पुत्राच्या मरणाच्या शोकातून जन्मलेल्या या निर्धारातून लाखो कर्करुग्णांना नवजीवन मिळेल अशी आपण आशा करूया.

■

कर्करोगाचे बदलते प्रमाण

कर्करोग या विषयाबद्दल सतत काहीतरी माहिती प्रसिद्ध होत असते. यातले खरे काय किंवा त्यातून नेमके काय समजून घ्यायचे असा प्रश्न सर्वसामान्य माणसांना पडणे साहजिक आहे. गेली दोन वर्षे अमेरिकन कॅन्सर सोसायटी जाहीर करतेय की अमेरिकेत कर्करोगामुळे होणाऱ्या मृत्यूचे प्रमाण बरेच कमी झाले आहे. बातमी चांगली वाटते पण म्हणजे नेमके काय झाले आहे? असे होण्याची कारणे काय आणि या माहितीचा भारतीय लोकांना काही उपयोग आहे का? हे आता आपण पाहू.

सर्वप्रथम थोडासा इतिहास. दहा डॉक्टर आणि पाच सर्वसामान्य नागरिक १९१३ साली न्यूयॉर्क शहरात एकत्र आले आणि त्यांनी कर्करोगाबद्दल समाजात जागृती व्हावी या दृष्टीने एक छोटी संस्था स्थापन केली. त्या काळात कर्करोगाची अतिशय दहशत होती व कर्करोगाचे निदान म्हणजे मृत्यूचे आमंत्रण, अशीच लोकांची भावना होती. कित्येकदा डॉक्टर रुग्णाला आणि रुग्ण नातलगांना कर्करोग झाल्याचे सांगत नसत. अशा परिस्थितीत काही प्रगती करायची असेल तर लोकांना कर्करोगाबद्दल माहिती देऊन त्यांची भीती कमी करणे गरजेचे आहे अशी रास्त भूमिका या संस्थेच्या संस्थापकांनी घेतली होती.

पुढची पंचवीस-तीस वर्षे संस्थेचे काम हळूहळू वाढत गेले. त्यातील मुख्य घटना म्हणजे स्त्रियांनी पुढाकार घेऊन कर्करोगाला प्रतिबंध करण्यासाठी स्वयंसेवी दल सुरू केले. त्याला इतका प्रतिसाद मिळाला की, १९४०च्या सुमारास हजारो माणसे कर्करोगासंबंधी सेवाभावी काम करू लागली होती. याचा परिणाम म्हणून 'अमेरिकन कॅन्सर सोसायटी' आजही ऐच्छिक वैद्यकीय समाजसेवा करणाऱ्या संस्थांमध्ये अग्रणी आहे.

दोन्ही महायुद्धे संपल्यावर जेव्हा जगात शांतता पर्व उगवले तेव्हा

अमेरिकेत अंतर्गत समस्यांवर लक्ष देण्यास प्रारंभ झाला. याच सुमारास म्हणजे १९४५ साली वरील संस्थेचे 'अमेरिकन कॅन्सर सोसायटी' असे अधिकृत नामकरण झाले. यानंतर कर्करोगविषयक संशोधन व त्यासंबंधीचे ज्ञान याचाही विस्तार झपाट्याने होऊ लागला. संस्थेचा पसारा आणि कार्यक्षेत्रदेखील खूप वाढले. त्यातील एक महत्त्वाची गोष्ट अशी की, १९५१पासून 'अमेरिकन कॅन्सर सोसायटी'ने कर्करोगाच्या रुग्णांची नोंद ठेवायला सुरुवात केली. तेव्हापासून दरवर्षी अमेरिकेत कुठल्या प्रकारचे कर्करोग आढळले; त्यांचे प्रमाण पुरुष आणि स्त्रियांत किती; त्यामुळे किती माणसे मरण पावली अशी तपशीलवार आकडेवारी त्यांच्याकडे उपलब्ध आहे. आज या माहितीमुळे अमेरिकेतील कर्करोगाचा प्रादुर्भाव कसा बदलत गेला हे समजण्यास अत्यंत मदत होत आहे.

अमेरिकेत कर्करोगाचे सर्वाधिक प्रमाण १९९१ साली होते. त्यानंतर कर्करोगामुळे होणाऱ्या मृत्यूची संख्या प्रतिवर्षी साधारण दीड टक्क्याने कमी होत गेली. जानेवारी २०१७ मध्ये २०१४ सालचे खात्रीलायक आकडे मिळाले तेव्हा असे दिसून आले की, १९९१च्या उच्चतम प्रमाणाच्या तुलनेने कर्करोगामुळे आलेल्या मृत्युदरात २५ टक्के घट झाली आहे. याचा अर्थ असा की १९९१ ते २०१४ या काळात अंदाजापेक्षा साधारण २१ लाख कमी माणसे मृत्युमुखी पडली. कर्करोगनिर्मूलन कार्यासाठी झटणाऱ्या सर्वांना ही बातमी अतिशय समाधानकारक वाटली. इथे एक महत्त्वाची गोष्ट लक्षात घेतली पाहिजे ती म्हणजे हे आकडे टक्केवारीवर आधारित आहेत. देशाची लोकसंख्या वाढल्यामुळे प्रत्यक्ष संख्या पूर्वीपेक्षा जास्त असू शकते.

आता मुख्य प्रश्न असा आहे की मृत्युदर घटण्याचे कारण काय? कमी माणसांना कर्करोग होतोय की या रोगावर प्रभावी उपाय करून मरण टाळणे शक्य झाले आहे? संशोधकांच्या मते कर्करोगाविषयी लोकांची समज वाढली आहे. या रोगाच्या लक्षणांची माहिती वेगवेगळ्या माध्यमातून सर्वसामान्य व्यक्तीपर्यंत पोहचू लागली आहे. जरा काही शंका आली तरी माणसे वेळ न दवडता डॉक्टरकडे जातात. पाश्चात्त्य देशांत ठरावीक वयानंतर तपासण्या केल्या जातात. यामुळे कर्करोगाचे निदान लवकर होते आणि योग्य इलाज करून रोग बरा होण्याची शक्यता वाढते. आतड्याच्या तसेच स्तनाच्या कर्करोगावर नियंत्रण आणण्यासाठी

अशी तपासणी उपयुक्त ठरली आहे व त्यामुळे होणारी जीवितहानी कमी झाली आहे. अशीच घट फुप्फुसाच्या कर्करोगामध्येही दिसून आली. यात स्त्रियांपेक्षा पुरुषांमध्ये अधिक फायदा नोंदवला गेला. याचे कारण म्हणजे अमेरिकेत पुरुषांनी धूम्रपान आधी सुरू केले आणि आधी बंदही केले. स्त्रियांनी धूम्रपानाला उशिरा सुरुवात केली आणि त्यांच्यात हे व्यसन अलीकडे हळूहळू नष्ट होत आहे. कर्करोगाची गाठ तयार होऊन वाढण्यास पंधरा ते वीस वर्षे लागू शकतात. आता जरी अमेरिकेतील सुशिक्षितवर्गात सिगरेट ओढणे दुर्मीळ झाले असले तरी पूर्वी ही सवय असणाऱ्या लोकांपैकी सगळ्यांचा धोका अजून टळलेला नाही. त्यामुळे या कर्करोगाचे पूर्ण निर्मूलन व्हायला अजून वेळ लागेल. पण त्याचबरोबर धूम्रपान कमी करून फुप्फुसाच्या कर्करोगाचे प्रमाण घटते हे यातून निःसंदिग्धपणे सिद्ध झाले आहे.

एकंदरीत लवकर निदान, वाईट सवयींचा त्याग आणि उपचारात झालेली प्रगती यामुळे अमेरिकेत कर्करोगाच्या मृत्यूमध्ये लक्षणीय घट झाली. माझ्या मते यातला सर्वात दिलासा देणारा धडा असा की कर्करोगाची काही साथ वगैरे आलेली नाही वा नवीन तंत्रज्ञान वापरल्यामुळे किंवा वेगळ्या प्रकारचे अन्न-धान्य यामुळे कर्करोगाचे प्रमाण वाढताना दिसलेले नाही. काही प्रकारचे कर्करोग का होतात हे अजून उलगडलेले नाही हे मान्य आहे. त्यांची कारणे जनुकांच्या अंतर्गत दोषांवर किंवा काही आनुवंशिक गोष्टींवर अवलंबून असतील. लहान मुलांच्या कर्करोगाच्या बाबतीतही अनेक प्रश्न अनुत्तरित आहेत. या विषयांवर संशोधनही चालू आहे. पण अशा सबबी पुढे करून आणि कर्करोगाविषयी उपलब्ध असलेल्या माहितीबद्दल अविश्वास दाखवून अडाण्यासारखे आडमुठेपणाने वागण्यात माणसे स्वतःचे फार नुकसान करून घेतात. कर्करोगाबद्दलची दुसरी बातमी फारशी चांगली नाही. ती बातमी अशी की, २०३० साली तंबाखूच्या वापरामुळे दर वर्षी होणाऱ्या जागतिक मृत्यूचा आकडा ८० लाख इतका असेल आणि यातील ८० टक्के माणसे विकसनशील अथवा गरीब देशातील असतील असा अंदाज आहे. या देशांत अजूनही प्रचलित असलेले धूम्रपान याला मुख्यतः कारणीभूत ठरणार आहे. म्हणजे जिथे आधीच दारिद्र्य व इतर भोग आहेत तेच ही परिस्थिती ओढवून घेत आहेत. दुर्दैवाची गोष्ट अशी की धुम्रपानामुळे केवळ त्या व्यक्तीलाच नव्हे तर त्याच्या संपर्कात सतत

असणाऱ्या त्याच्या कुटुंबीयांनाही अप्रत्यक्ष धूम्रपानामुळे (passive smoking) कर्करोग होण्याची शक्यता वाढते. अशी लाखो निरपराध माणसे फुप्फुसाच्या कर्करोगाला बळी पडतात. यात भर म्हणून आपल्या देशातील कित्येक सुखवस्तू सुशिक्षित माणसेदेखील चुकीची जीवनशैली जगत आहेत. मद्यपान, बैठी दिनचर्या, सुस्त शरीर याने शरीराची रोगप्रतिकारकशक्ती उणावते आणि त्यातून कर्करोग होण्याची शक्यता वाढते हे आता सर्वमान्य झाले आहे. पण या सवयींमध्ये बदल करण्याविषयी उदासीनताच दिसून येते.

या माहितीचा भारतीय लोकांना कसा वापर करता येईल? कर्करोगासंबंधीच्या खर्चीक तपासण्या करून लवकर निदान करणे किंवा महागडे आधुनिक उपचार घेणे भारतात सहजपणे सर्वांनाच जमले नाही तरी दुसरेही प्रतिबंधक मार्ग आहेत. कर्करोगासारख्या दुर्धर आणि कपटी रोगाशी सामना करायचा असेल तर 'पी हळद आणि हो गोरी' असा झटपट पवित्रा घेऊन काही उपयोग नाही. याकरता निर्व्यसनी सक्रिय आयुष्याचे बियाणे रोवून सुरुवात करावी हेच इष्ट. या बीचे रोप आणि नंतर वृक्ष व्हायला कित्येक वर्षे लागतील पण त्याची फळे म्हणून केवळ तुम्हालाच नाही तर तुमच्या कुटुंबीयांना, मुलाबाळांनासुद्धा एक निरोगी जीवन मिळू शकेल. जर विकसनशील देशात अधिकाधिक लोकांनी असा निर्धार केला तर भविष्यात एक दिवस भारतातूनदेखील कर्करोगामुळे होणाऱ्या मृत्यूचे प्रमाण कमी झाले अशी बातमी येईल.

■

अनुभवाचे बोल

नवी दिशा

कर्करोगाच्या शंकेनेसुद्धा· काळजाचा ठाव सुटतो आणि भयाने जीव अर्धमेला होतो. या रोगाची लक्षणे, अनेकदा अघोरी वाटणारे उपचार आणि बऱ्याच वेळेला अनिवार्य असणारा शेवट हे सारेच जीवघेणे. खरेतर भारतीय तत्त्वज्ञानात जगण्याइतकेच किंबहुना त्याहूनही जास्त महत्त्व मरणाला आहे. हे शरीर नाशवंत आहे याची जाणीव लहानपणापासूनच पुराणातील कथा किंवा संतवाङ्मयातून होऊ लागते. महाभारतात युधिष्ठिराने यक्षाला सांगितले की, दररोज अगणित मृत्यू होत असतानाही जिवंत माणूस स्वतःला अमर समजतो, हेच जगातले सर्वात मोठे आश्चर्य आहे. हे खरे आहे की, निरोगी सुखी आयुष्य जगताना आपण क्वचितच मरणाचा विचार करतो आणि तसा करूही नये, पण त्याचबरोबर भरभरून जीवन जगतानासुद्धा बहुतेकांची सुप्त इच्छा असते की, शेवट होताना पटकन कुठलाही त्रास न होताना सारे संपावे. मला हा स्वभावाचा बारकावा पहिल्याने कळला, माझ्या हस्तसामुद्रिक कौशल्यामुळे. साधारण सतरा-अठरा वर्षांची असताना मी उत्सुकता म्हणून या शास्त्राचा अभ्यास केला. त्यानंतरच्या तीन-चार वर्षांत मी खूप लोकांचे हात पाहिले - बहुतेक चाळिशीतले, धडधाकट आणि सुशिक्षित. तरी न चुकता हमखास विचारला गेलेला प्रश्न म्हणजे मी चुटकीसरशी जाईन का? या विचित्र वाटणाऱ्या प्रश्नामागच्या भावना म्हणजे जीवनाबद्दल अनासक्ती नाही तर उलट शेवटपर्यंत आणि अगदी शेवटच्या क्षणीही आपल्याला काही त्रास, वेदना होऊ नयेत, आपण खितपत पडून इतरांना भार होऊ नये अशीच इच्छा असते. आणि नेमक्या याच कारणांमुळे लोकांना कर्करोगाची भयंकर दहशत वाटते.

कर्करोग आणि त्याहीपेक्षा त्याबद्दलची भीती माणसाच्या जीवनाचा

प्रत्येक कानाकोपरा व्यापून टाकते. यात जवळच्या नातेवाइकांची स्थितीही फार कठीण होते. आजारी माणसाला मानसिक आणि शारीरिक आधाराची गरज असते. निराशा आणि काळजी यांनी मन पोखरत राहते आणि इतरांनी कितीही धीर दिला तरी पुढे काय होणार, हे दडपण दूर होत नाही. या रोगाला तोंड देताना अनेक वेळा हे कुटुंबच उद्ध्वस्त होईल का, अशी स्थिती निर्माण होते. पैशांची अडचण असेल तर ही समस्या अधिकच गंभीर होते. डोक्यात एक सतत भुंगा - योग्य उपचार मिळतील का? त्यामुळे त्रास किती होईल? फायदा होईल का? नाही झाला तर आता किती वेळ उरला? एक ना दोन, हजार प्रश्न. सगळेच अनिश्चित आणि अगतिक करून टाकणारे. पण या अशा अत्यंत कसोटीच्या काळात सर्वसामान्य व्यक्ती असामान्य हिंमत, माणुसकी आणि जिव्हाळा दाखवतात. रोगाशी सामना करतात पण त्यापुढे हतबल होत नाहीत. नातलग आपल्या प्रेमाच्या व्यक्तीला सांभाळतात, इतकेच नाही तर त्यांच्या आयुष्यात काही सुरेख सोनेरी आनंदाचे क्षण आणण्याचा प्रयत्न करतात.

मी एम.एस्सी. करण्यासाठी १९८०च्या सुमाराला कर्करोग संशोधन संस्थेत दाखल झाले. शेजारी लागूनच टाटा हॉस्पिटल होते. माझ्या तिथे दिवसातून अनेक फेऱ्या व्हायच्या. मी उपचार करणारी डॉक्टर नव्हते, शिवाय वयाने लहान. त्यामुळे तिथल्या बाकांवर उदास चेहऱ्याने बसलेल्या लोकांकडे बघण्याचा माझा दृष्टिकोन वेगळा होता. माझ्या तिथल्या अभ्यासाच्या काळात वेगवेगळ्या लोकांशी ओळखी झाल्या. कधी डॉक्टरने काय सांगितले ते समजून घ्यायला कोणी यायचे, एखाद्याला तपासणीत काही दुखणार नाही, असा दिलासा हवा असायचा. तर कधी कुणाला नुसते दुःख हलके करायचे असायचे. मी त्यांना जी थोडीफार मदत केली, त्याहीपेक्षा जास्त मी त्यांच्याकडून शिकले. मी शिकले, दुर्दम्य परिस्थिती स्वीकारून कसे हसावे, कसे जगावे आणि माणूसपण कसे जपावे. आजही इतक्या वर्षांनी मला ती माणसे स्पष्ट आठवतात. असे तीव्रतेने वाटते की, अशी उदाहरणे इतरांना त्यांच्या कर्करोगाशी चाललेल्या संघर्षात उमेद आणि प्रेरणा देऊ शकतील.

■

सोन्याची माळ

आयुष्य फार गमतशीर असते. आपण बोलताना बऱ्याच मोठमोठ्या गप्पा मारतो पण स्वतःला तोशीस होईल असे काही पटकन करत नाही, मग भले ते किती का योग्य असेना. अगदी बुद्धिमान आणि सुशिक्षित माणसेसुद्धा विशिष्ट चाकोरीबाहेर जाऊन काही वेगळे करण्याचे धाडस दाखवत नाहीत. आर्थिक-सामाजिक परिस्थिती बरी असलेला मध्यमवर्ग तर त्याची सुरक्षितता आणि आराम याबद्दल नेहमीच जागरूक असतो. नक्को ग बाई, कशाला ही जोखीम घ्यायची किंवा हे केवढ्याला पडेल? अशीच बहुतेकांची विचारधारणा असते. आणि यात काही चूक आहे असेही त्यांना सहसा वाटत नाही. आर्थर हेली याने त्याच्या प्रसिद्ध 'Brave New World' या पुस्तकात लिहिले आहे की, people believe what they are conditioned to believe. म्हणजे लोकांच्या मनावर जे सतत बिंबवले जाते त्याच्यावरच त्यांचा दृढ विश्वास असतो. हे असे आखीव जगणे जगत आपण व्यवस्थित धोपट मार्गाने प्रवास करत असतो. आणि अचानक कधीतरी असा प्रसंग घडतो की या समजुतींच्या कवचाला तडा जातो आणि आत घुसतात नवीन विचारांचे किरण, ज्यांच्या उजेडात आतापर्यंत जपलेल्या आपल्या कितीतरी व्यावहारिक शहाणपणाच्या कल्पना बेगडी दिसू लागतात.

माझ्या बाबतीत काहीतरी असेच झाले. साधारण १९८२ मधली गोष्ट आहे. आमच्या घराजवळच्या झोपडीत एक बाई धुण्या-भांड्यांची कामे करून घर चालवत होती. नवरा दोन-तीन वर्षांपूर्वी क्षयाने गेलेला, पदरात तीन लहान शाळकरी मुले आणि एक म्हातारी आई. एक दिवस मला शोधत ही बाई माझ्या टाटाच्या प्रयोगशाळेत आली. खरे म्हणजे वर खोचलेली साडी, अर्धवट सुटलेला अंबाडा आणि घामेटलेला चेहरा असा

तिचा अवतार बघून तिला आत सोडले नाही म्हणून मीच तिला भेटायला बाहेर गेले. तर मला म्हणाली, 'आईला काही दिवस ताप येतोय म्हणून दाखवले तर डॉक्टर सांगतायत की, तिच्या काखेत गाठ आहे, लगेच टाटाला घेऊन जा. आम्ही अडाणी माणसं, यातलं काही कळत नाही. मी काम करते त्या बाईंनी तुमच नाव दिलं. ताई, आम्हाला मदत कराल नं? आईला संगती घेऊनच आलेय.' बाहेर नजर टाकली तर डोक्यावर पदर घेतलेली तिची आई रस्त्याच्या कडेला उकिडवी बसलेली दिसली.

मंजुळाबाई त्यांचे नाव. त्या दिवशी त्या आल्या आणि तिथून त्या दोघी माय-लेकींच्या जीवनाचा एक नवीन अध्याय सुरू झाला. वेगवेगळे डॉक्टर, अनेक तपासण्या व चाचण्या आणि त्याकरता कराव्या लागणाऱ्या असंख्य फेऱ्या. आपली कामे, मुले आणि इतर जबाबदाऱ्या बाई कशा सांभाळत होत्या माहीत नाही पण आईला घेऊन न चुकता वेळेवर हजर व्हायच्या आणि बिना कटकट शांतपणे वाट पाहत थांबायच्या. एकदा मी गेले तर दोघींचा पत्ता नाही पण काही मिनिटांत आईचा हात धरून येताना दिसल्या. म्हणाल्या, 'खूप ताटकळत बसली म्हणून आईला भूक लागली. तिला चहा-बिस्कीट द्यायला जरा बाहेर नेलं होतं. आता उशीर लागला तरी काळजी नाही.'

सरतेशेवटी जेव्हा रिपोर्ट आले तेव्हा बातमी काही चांगली नव्हती. मंजुळाबाईंच्या आईला स्तनाचा कर्करोग होता. गाठ बरीच वाढलेली होती आणि रोग शरीरात इतरत्र पसरला होता. त्यामुळे शस्त्रक्रिया करून काहीच उपयोग झाला नसता. आजच्या मानाने तेव्हा खूपच कमी किमोथेरपी, म्हणजे नसेवाटे इंजेक्शनने द्यायची औषधे उपलब्ध होती. आणि त्यांचे दुष्परिणाम पण जास्त होते. मी औषधांची एक फेरी देण्याची सोय केली पण त्यामुळे झालेली मळमळ, उलट्या याने झालेली आईची स्थिती बघून मंजुळाबाई अगदी अस्वस्थ झाल्या. त्यांनी मला सरळ विचारलं, 'ताई, हे सगळं करून माझी आई बरी होईल का?' मीही खोटे बोलले नाही. त्यांना स्पष्ट केले की, या दुखण्यातून तुमची आई वाचणार नाही. हे उपचार फक्त तिला पुढे वेदना होऊ नयेत म्हणून करायचे. हे ऐकून मंजुळाबाई चरकल्या. मिनिटभर अगदी स्तब्ध झाल्या. मग म्हणाल्या, 'असंच असेल तर इतकी भारी औषधं आणि त्यांचा व्याप कशाला? फारच दुखलं तर अफू चारेन मी तिला.' मी जरा घाबरलेच. 'बाई, जे कराल ते जपून करा. त्यांना आराम आणि आनंद मिळेल

याकडे लक्ष द्या,' असे म्हटले. यावर 'कायबी काळजी करू नका', असा मलाच दिलासा देऊन मंजुळाबाई आईला घेऊन निघून गेल्या.

यानंतर साधारण दोन आठवड्यांनी मला मंजुळाबाई ज्यांच्याकडे काम करायच्या त्या मावशींचा फोन आला. त्यांची तक्रार होती की, बाई अगदी बेजबाबदारपणे वागतायेत, बरेच कर्ज काढून बसल्या आहेत, तेव्हा त्यांना थोडी समज दे. मग पुन्हा एकदा बाई आणि मागोमाग त्यांची आई अशी स्वारी माझ्याकडे आली. आईच्या गळ्यात सोन्याची नवीन मोहनमाळ झळकताना लांबूनही दिसत होती. ते बघून मी चिडले आणि संतापाने बाईंना विचारलं, 'अहो, खायची भ्रांत असताना हे सोन्याचे दागिने कसले घेताय? इतकं बेहिशेबी वागणं बरं आहे का?' बाईंनी एकवार मागे उभ्या असलेल्या आईकडे नजर टाकली आणि म्हणाल्या, 'ताई, ऐकून तर घ्या. अमाप कष्ट करून, आहे-नाही ते विकून ह्या आईने मला वाढवलं. तिची एकच इच्छा होती की, कधीतरी गळ्यात सोन्याची माळ घालायला मिळावी. आता ते करायला कुठे जास्त वेळ उरलाय? तुम्हीच म्हणालात तिला सुखात ठेव. म्हणून मी तिला माळ घेतली.' हे खरे होते की, त्या वेळी त्यांची आई एकदम खूश दिसत होती. तिच्या तोंडावरचे हसू त्या सोन्यापेक्षा जास्त चमकत होते. तरी पण माझ्या व्यावहारिक मनाला हे पटेना. माझे ओरडणे चालूच, 'बाई, पण तुमचं काय आणि पैशाचं काय कराल?' मंजुळाबाई सहजपणे म्हणाल्या, 'आज आई पोराबाळात रमतेय, माळेच्या कौतुकात हसतेय. तिचा दिवस येईल तेव्हा तिने असेच हसत डोळे मिटले म्हणजे मला सगळं मिळालं. ती माळ तिच्या नावाने मी कुठच्या तरी शाळेला देईन. आणि पैशांचं बघायला मी आहे ना शाबूत. ज्या दिवशी कर्ज काढलं त्याच दिवशी शंभर रुपयांचं अजून एक काम पकडलं. तीनेक वर्षात टाकीन सगळं फेडून.'

हे ऐकलं आणि मी ओशाळले. स्वतःची हुशारी आणि शहाणपण किती तकलादू आहे, आपले आडाखे केवढे खुजे आहेत याची मला तीव्रतेने जाणीव झाली. मला कळले की, या निरक्षर गरीब बाईचा जीवनाचा हिशोब माझ्यापेक्षा पक्का होता. कर्करोगापुढे काही करता येत नाही म्हणून हात टेकण्याऐवजी त्यांनी आई या व्यक्तीला कसे सुखावता येईल हे शोधले आणि तसे केलेही. यात आईला आनंद मिळालाच पण मंजुळाबाईंची झोळी ज्या कर्तव्यपूर्तीच्या समाधानाने भरून गेली त्याचे मोलच करता येणार नाही.

■

मार्क कोण होता?

अमेरिकेच्या मध्यावर असलेल्या इंडियानापोलीस या लहान शहरात आम्ही १९९३ साली राहायला गेलो. माझे रूप, रंग आणि विशेषतः भारतीय पद्धतीने केलेले इंग्रजी उच्चार तिथल्या लोकांना नवीन होते. त्यातून मी एका वैद्यकीय कंपनीत काम करत होते. ते सर्व डॉक्टर आणि नर्सेस यांच्यात मी एकटी पडले. पण तिथे मला मिशेल भेटली – लख्ख गोरी, भुऱ्या केसांच्या कपाळावर बटा आणि सशासारखी गुबगुबीत. माझ्या काही गोष्टींची गंमत वाटली की जोराने टाळ्या वाजवत खिदळून हसायची तेव्हा दोन्ही गालांवर खोल खळ्या पडायच्या. माझा जेवणाचा डबा उघडून तिने मैत्रीची सुरुवात केली आणि मग आपल्या घरांची दारेही आम्ही एकमेकींसाठी उघडली. मिशेलला दोन मुलगे होते. साधारण तीन–चार वर्षांचे. सोनेरी रेशमी केस, निळेभोर डोळे आणि उकडीच्या मोदकासारखे पांढरेधोप व गरगरीत. तिचा नवरा मार्क हा तर एकदम उंच दणदणीत शरीरयष्टीचा माणूस होता. त्याचे आईवडील, भाऊबहीण सर्व जवळपास राहायचे आणि दोन तासांवर त्या कुटुंबाचे एक शेत होते ते त्याची ऐंशी वर्षांची आजी सांभाळायची. आम्ही त्या लोकांत अगदी पूर्णपणे मिसळून गेलो. प्रत्येक Thanksgiving आम्ही या आमच्या अमेरिकन कुटुंबाबरोबर साजरे केले आणि मिशेल माझ्या नवऱ्याला राखी बांधायला लागली.

आम्ही प्रथम भेटलो तेव्हा मार्क नोकरी शोधत होता. एका मुलाखतीत त्याला विचारले की, तुझ्या थडग्यावर कुठल्या दोन–चार शब्दांत तुझे वर्णन लिहावे असे तुला वाटते? तिशीतला धडधाकट मार्क, पण तरीही त्याने ह्या विचित्र प्रश्नाचे सहज उत्तर दिले. तो म्हणाला, 'असे लिहावे की Here lies Mark who always cared.' म्हणजे इथे चिरनिद्रा घेणाऱ्या मार्कने नेहमीच (इतरांची) काळजी घेतली.

वरकरणी असेही वाटेल की हे उत्तर म्हणजे मार्कची वेळ निभावून न्यायची हिकमत होती पण त्यानंतरच्या बावीस वर्षांत मी त्याला जे करताना पाहिले त्यावरून कळले की ही तर त्याची जीवनसाधना होती. मार्क हा घरातला मोठा मुलगा, हुशार आणि कमावता पण मध्यमवर्गीय. त्याचे शिक्षक असलेले वडील जीवघेण्या रोगाने तीन-चार वर्षे आजारी पडले तेव्हा मार्कने पैशांची मदत आणि अतोनात सेवा करून त्यांना परत माणसांत आणले. बहिणीचा संसार मोडला तर तिला आणि तिच्या लहान मुलीला स्वतःचे राहते घर दिले. भावाला शिकवण्यासाठी खंबीरपणे मागे उभा राहिला. आईला फुफ्फुसाचा कर्करोग झाला म्हणून तिची सेवा करायला मिशेल चार-पाच महिने माहेरी गेली तेव्हा मार्कने नोकरी, लहान मुले, घर सगळे बिनतक्रार सांभाळले. अलीकडे मिशेलला पाठीचे दुखणे झाल्यामुळे ती काहीशी परावलंबी झाली होती आणि तिला उठता यायचे नाही तेव्हा तिला आंघोळ घालण्यापासून सर्व मार्क करत होता. यातले काहीही करताना कधी मोठा आव नाही, उलट हे माझे कामच आहे अशी साधी वृत्ती. पण नाती आणि कर्तव्ये याच्या पलीकडे जाऊनसुद्धा काही करावे अशी मार्कची आंतरिक इच्छा होती. मुलांच्या शाळेत जाऊन त्याने कित्येक विद्यार्थ्यांना शिकवले आणि प्रोत्साहन दिले. त्यानंतर त्याने दहा-बारा वर्षांचे दोन मुलगे चर्चमधून दत्तक घेतले. दारुडा बाप आणि बेपत्ता आई यामुळे पोरके झालेले. चार बारा ते अठरा वर्षांच्या मुलांचे खाणे-पिणे, शिक्षण, शिस्त आणि मार्गदर्शन हे एक प्रचंड काम होते. पण मार्क मेहनतीला घाबरला नाही आणि पैशांची चिंता त्याने कधीच केली नाही. खरे म्हटले तर या आयुष्याच्या ऐन उमेदीच्या काळात त्याने चैन, मौजमजा याचा कधी विचारच केला असावा असे वाटत नाही. हसरा चेहरा, दुसऱ्याचे कौतुक करणारा नम्र स्वभाव, नर्मविनोदाची झालर असलेले बोलणे आणि वागण्यातला जिव्हाळा असा हा मार्क! कधीही कुणाच्याही हाकेला ओ देऊन धावणारा.

साधारण दोन वर्षांपूर्वी एका वाईट अपघातात मार्कचे आई-वडील गेले. त्यांचे मृतदेह ओळखण्यासाठी मार्क गेला आणि तिथे आपले हास्य गमावून आला. त्यानंतर तो पुन्हा दैनंदिन कामाला लागला पण हरवल्यासारखा झाला होता. मिशेलला वाटले होते की सावरेल हळूहळू, इतका मोठा आघात झालाय तर घाई करून उपयोग नाही. दोन

वर्षांपूर्वीच्या ५ नोव्हेंबरला रात्री उशिरा मला तिचा अचानक फोन आला. मार्क चक्कर येऊन पडला आणि हॉस्पिटलमध्ये तपासणी केल्यावर त्याचे हिमोग्लोबिन अतिशय कमी झाल्याचे आढळले. तिची मुख्य भीती वेगळीच होती, त्याच्या अन्ननलिकेत काही वाढ आढळली होती. ती खूपच घाबरली आणि पूर्वी नर्सिंगचे काम केले असल्यामुळे तिच्या मनात नको त्या कुशंका उद्‌भवल्या होत्या. ऐकून माझ्याही छातीत चर्र झालं. नंतरच्या एक आठवड्यात मार्कचे हिमोग्लोबिन वाढल्यावर इतर स्कॅन व बाकीच्या तपासण्या झाल्या आणि मनातली भयंकर शंका वास्तव होऊन पुढे ठाकली. मिशेल वेडीपिशी होऊन आकांत करत होती की फक्त ५४ वर्षांच्या धडधाकट निर्व्यसनी माणसाला असे कसे होऊ शकते? तिने निर्धार केला की, मार्कला उत्तमातले उत्तम उपचार द्यायचे. पण खरे दुर्दैव अजून पुढे आले नव्हते. जेव्हा सगळे रिपोर्ट आले तेव्हा डॉक्टरांनी निदान दिले – मार्कला अन्ननलिकेच्या खालच्या भागाचा कर्करोग झाला होता. मूळ गाठ खूप मोठी झाली होती आणि रोग शरीरात इतरत्र पसरला होता. त्यामुळे सर्व सुविधा आणि नवीन औषधे उपलब्ध असूनही मार्कला त्यापैकी कशाचाच फायदा होणार नव्हता.

प्रश्न असा आहे की, सुशिक्षित प्रगत देशात राहणाऱ्या मार्कचा आजार इतका पुढे जाईपर्यंत लक्षात का नाही आला? अन्ननलिकेच्या कॅन्सरचे प्रमाण सध्या जगभर सगळीकडे वाढते आहे. या रोगाची लक्षणे फसवी असतात. वजन कमी होते, भूक मंदावते. बहुतेक मध्यमवयीन लोकांना वजन कमी करायचेच असते आणि भूक कमी होण्यासाठीही काहीतरी ताण, म्हणजे मार्कचे आई-वडील गेले त्याप्रमाणे, जबाबदार धरला जातो. जेव्हा गिळायला त्रास होऊ लागतो तोपर्यंत या खेकड्याच्या नांग्या शरीराच्या इतर भागात पोहचलेल्या असतात. या अवस्थेतल्या रोगासाठी प्रभावी उपायांची उणीव आहे.

मिशेलने घरातच मार्कची सगळी सोय केली. तिची इतकीच अपेक्षा होती की, थोडे बरे वाटल्यावर त्याला कसेही करून न्यूयॉर्कच्या मॅनहॅटनला न्यावे कारण त्याला तिथे खूप जायचे होते. पण ती संधीसुद्धा मिळाली नाही. १० डिसेंबरच्या पहाटे मार्कने मिशेलला हाक मारली. त्याला श्वास लागला होता. म्हणाला, 'मी आता जगत नाही, काळजी घे.' आणि नंतर काही वेळातच त्याचे प्राण गेले. मिशेल आणि त्यांचे चारही मुलगे, दोन स्वतःचे आणि दोन आपलेसे केलेले, सगळे त्याला

वेढून बसलेले होते. त्या दिवशीचा सूर्योदय अप्रतिम होता, जणू मार्कचा चांगुलपणा सामावून घेऊन त्या किरणांची लकाकी वाढली होती.

मार्कच्या या अकाली जाण्याने मला अतीव दुःख तर झालेच पण अंतर्मुखही केले. खरेच काय असते आपली मृत्यूनंतरची ओळख? स्वतःचा जिवंतपणी परिचय देताना आपण कितीतरी झुली पांघरतो. नाव, धर्म, देश जन्मामुळे आपोआप ठरते. शिक्षण किंवा व्यवसाय यामुळे अजून काही बिरुदे मिळतात. पण आपल्यातल्या स्वत्वाचा गाभा म्हणजे आपला स्वभाव हा तर आपल्या गुणांचा आविष्कार असतो. 'गुणाः सर्वत्र पूज्यन्ते पितृवंशो निरर्थकः' असे पूर्वजांनी लिहून ठेवले आहे. पण गुण असे सहजासहजी मिळत नाहीत तर आयुष्यभर तपस्या करून मिळवावे लागतात. ही अंतर्यामी स्वीकारलेली मूल्येच जगलेल्या आयुष्याची पदचिन्हे बनून मागे राहतात का? जेव्हा जड देहाची आवरणे गळून पडतात आणि त्याच्याशी निगडित संदर्भ अर्थहीन होतात तेव्हा हेच स्वत्व तो जीव बरोबर घेऊन जातो का? कुणास ठाऊक. मला एवढेच माहीत आहे की मार्क कोण होता! तो एक असा माणूस होता ज्याने कायम इतरांची काळजी घेतली. ही इतकीच ओळख त्याला मागे ठेवायची होती.

■

कर्मयोगी रँडी

सहावी-सातवीत असताना मराठीच्या बाईंनी दरवर्षीचा हमखास निबंधाचा विषय दिला 'माझा छंद.' तेव्हा वाचन, गायन किंवा फारच झाले तर गिर्यारोहण असे काहीतरी न निवडता मी लिहिले की, मला वेगवेगळ्या प्रकारच्या माणसांना भेटायला, त्यांचे स्वभाव समजून घ्यायला आवडते. कधी नाही ते माझ्यावर नाराज होऊन कायतरी हा विचित्र छंद अशा अर्थाने बाईंनी नाक मुरडल्याचे मला अजूनही आठवते. इतरांच्या आयुष्यात डोकावून त्यांचे विचार समजून घ्यायची ही माझी आवड मोठेपणी अधिकच वाढली. परदेशात स्थायिक झाल्यामुळे कित्येक देशांतील निरनिराळी माणसे कायम भेटत राहिली आणि माझ्या वाऱ्याशीसुद्धा बोलण्याच्या सवयीमुळे मला आपले मनोगत सांगत गेली. इंटरनेट आल्यावर तर आपल्यापासून अत्यंत दूर असणाऱ्या व्यक्तींचादेखील प्रत्यक्ष न भेटता जवळून परिचय होऊ लागला. तर अशी virtually भेटलेली आणि मनाला जवळून स्पर्शून गेलेली विलक्षण वल्ली म्हणजे रँडी पॉश (Randy Pausch).

रँडी पॉश हे गृहस्थ अमेरिकेतील कार्नेगी मेलन विद्यापीठात संगणकशास्त्र विषयाचे प्रमुख होते. तिथे अशी प्रथा होती की, ज्येष्ठ प्राध्यापकांनी जीवनात काय सर्वात महत्त्वाचे आहे याविषयी खोलवर चिंतन करून तथाकथित शेवटचे व्याख्यान सादर करावे. रँडी यांचे भाषण १८ सप्टेंबर २००७ रोजी ठरले होते आणि त्याच्या महिनाभर आधी या ४७ वर्षांच्या उमद्या माणसाला स्वादुपिंडाचा (pancreas) कर्करोग झाल्याचे समजले. पॉश हे अत्यंत बुद्धिमान आणि लोकप्रिय प्राध्यापक. त्यातून त्यांच्या आजाराची बातमीही सर्वत्र पसरली होती. त्यामुळे सभागृह लोकांनी फुलून गेले होते आणि काय ऐकायला मिळेल याबद्दल सगळे

साशंक व उत्सुक होते. सडपातळ व सुदृढ दिसणारे रँडी स्टेजवर आलेच मुळी प्रसन्नपणे हसत आणि म्हणतात काय तर 'शेवटचे व्याख्यान हा आजचा विषय माझ्यासाठी अगदी समर्पक आहे.' सुरुवातीलाच ते आपल्या आजाराबद्दल बोलले. त्यांच्या शरीरात आठ-दहा ठिकाणी कर्करोग पसरला होता आणि ते फक्त काही महिने जगतील असा अंदाज होता. पण लगेच त्यांनी तिथे पाच-सहा दंड-बैठकाही काढून दाखवल्या आणि ठणकावून सांगितले की, उगाच माझी कीव करू नका. त्यानंरची ७० मिनिटे रँडी मरणाबद्दल नाही तर जगण्याविषयी अतिशय आत्मीयतेने बोलले. त्यांनी सगळ्यात प्रथम वर्णन केले स्वतःच्या लहानपणच्या स्वप्नांचे आणि ती जोपासणाऱ्या त्यांच्या आई-वडिलांचे. त्यांनी लहान रँडीला कुठल्या विचारांचे बंधन घातले नाही पण त्याचबरोबर त्याला माणुसकी व परोपकारी वृत्ती जपायला शिकवले. स्वप्नाळू वृत्तीला उत्तेजन देणारे पालक मिळणे ही मुलांसाठी फार भाग्याची गोष्ट असते. आपल्या स्वप्नांचा पाठपुरावा करणारी ही मुले मोठी झाल्यावर इतरांची स्वप्ने पूर्ण करण्यासाठी मदत करतात. रँडी पॉश यांनी त्यांच्या विद्यापीठात ॲलीस (Alice) नावाची संगणक प्रणाली निर्माण केली; ज्यातून हजारो विद्यार्थी खेळातून नवीन तंत्रज्ञान शिकून स्वतःची स्वप्ने साकार करायला समर्थ होऊ लागली. त्यांची कष्टावर अमाप श्रद्धा होती. ते म्हणाले की, 'यशामध्ये नशिबाचा वाटा फार कमी असतो. मुख्य असते ती निष्ठेने केलेली ढोरमेहनत. पण हे सर्व करताना जबाबदारीची जाणीव आणि सगळ्यांना सामावून घेऊन काम करणे हे अगदी जरुरीचे असते. अडथळे एखाद्या विटेच्या भक्कम भिंतीसारखे पुढ्यात ठाकतात ते माणसाची ताकद आणि हिंमत अजमावण्यासाठी. जेव्हा इतर व्यक्ती हार मानून परततात तेव्हा जो सर्वस्व पणाला लावून झेप घेतो त्याचे वेगळेपण आपोआप सिद्ध होते. हे सर्व रँडी यांनी खेळकरपणे ओघवत्या भाषेत मधूनच थोडी विनोदाची झालर जोडत मांडले. एका मुद्द्यावर ते सतत जोर देतात की, जे काही कराल ते आनंदाने करा आणि प्रत्येक क्षण समाधानाने जगण्याचा प्रयत्न करा. तुमचा वेळ योग्य प्रकारे वापरा; हे आयुष्य म्हणजे वेळच तर आहे आणि तो किती मिळेल हे कुणालाच माहीत नसते. कृतज्ञता दाखवायला विसरू नका आणि एखादे काम मनासारखे झाले नाही म्हणून रुसू नका. जेव्हा पदरी काहीच पडले नाही असे वाटते तेव्हा नक्की मिळतो तो अनुभव! जो पुढे तुम्हाला व इतरांना फार उपयोगी

ठरतो. तक्रार करण्यात वेळ आणि ताकद खर्ची करण्यापेक्षा तीच जर उपाय शोधण्यासाठी वापरली तर खूपसे प्रश्न सोडवता येतील. अखेरीस प्रत्येकाला जो डाव मिळालाय तोच खेळावा लागतो मग त्याबद्दल कटकट करून काय फायदा? रँडी पॉश यांचे हे प्रभावी स्पष्ट विचार, त्यांची कळकळ व आवेश यामुळे श्रोते अंतर्मुख झाले. ऐन उमेदीत मृत्यूला सामोरे जात असताना रँडी विचारांचा असा एक वारसा देत होते; ज्यातून पुढच्या पिढीला स्वप्ने पाहण्याची, ती पूर्ण करण्याची व ते करताना सामाजिक बांधिलकी ठेवून इतरांना सोबत नेण्याची प्रेरणा मिळावी. अखेरीस त्यांनी सांगितले की, हे सर्व भाषण त्यांनी खरेतर आपल्या तीन लाडक्या मुलांसाठी केले होते. लग्न उशिरा झाल्यामुळे त्यांची मुले लहान होती, सहा व तीन वर्षांचे दोन मुलगे आणि एक वर्षाची चिमुकली मुलगी. जराही खिन्नतेचे सावट नसलेले जे अत्यंत आशावादी व्याख्यान रँडी यांनी दिले ते म्हणजे त्यांनी आपल्या लहानग्या मुलांचा घेतलेला निरोप होता. त्यांना पोरके झाल्यावरसुद्धा लाभावे असे प्रेमळ पित्याचे मार्गदर्शन होते. योगायोगाने त्या दिवशी त्यांच्या पत्नीचा वाढदिवस होता. त्यांनी तिच्याकरता स्टेजवर केक आणून Happy Birthday म्हणायला सुरुवात केली आणि त्या गर्दीत एकही डोळा कोरडा राहिला नाही. काहीतरी अद्वितीय ऐकल्यामुळे उचंबळून आलेली मने त्यांच्या अकाली वियोगाची शक्यता स्वीकारायला तयार नव्हती.

या व्याख्यानाचे ध्वनिचित्रमुद्रण केल्यामुळे ते इंटरनेट द्वारा उपलब्ध झाले. काही दिवसांतच त्याला कल्पनातीत प्रसिद्धी मिळाली. जगभरच्या लोकांपर्यंत रँडी पॉश पोहचले. एकजण ऐकून आणखी शंभरजणांना ऐकायला सांगत होता. अनेक विद्यापीठांत, आपल्या भारतातल्यासुद्धा, हजारो विद्यार्थ्यांनी एकत्र येऊन या प्राध्यापकाचे शहाणपणाचे बोल ऐकले. व्याख्यानाचे कित्येक भाषांत भाषांतर केले गेले. स्वतः रँडी या सर्व प्रतिसादामुळे भारावून गेले. या काळात किमोथेरपीमुळे त्यांना जरा आराम पडला होता. तेव्हा एकीकडे सायकल चालवण्याचा व्यायाम करत त्यांनी दुसऱ्या लेखकाच्या मदतीने व्याख्यानाचे पुस्तकात रूपांतर केले. 'The Last Lecture' हे पुस्तक सतत दोन वर्षे 'न्यूयॉर्क टाइम्स'च्या अव्वल क्रमांकावर होते.

नाव, लौकिक, सांपत्तिक स्थैर्य असे सर्व काही या व्याख्यानातून रँडी यांना मिळाले पण त्यांना स्वतःला काही वेगळेच हवे होते.

कुटुंबाबरोबर अधिक काळ, निदान पन्नासावा वाढदिवस आणि मुलांना या बापाची आठवण राहील ही खात्री अशा त्यांच्या साध्या अपेक्षा होत्या. त्यांना दुःख हे होते की, त्या घरावर सगळ्यात दुर्धर प्रसंग येईल, म्हणजे त्यांच्या मृत्यूचा, तेव्हा आधार द्यायला ते नसतील. एकटेपणी त्यांच्या डोळ्यांत अश्रू येत होते ते आपल्या मरणाच्या नाही तर मुलांच्या पोरकेपणाच्या काळजीने. तरीही ते समाधान मानत होते की, मी बस अपघातात मेलो नाही. कर्करोगाने मला या प्रसंगासाठी तयारी करायला अवधी दिला.

रँडी पॉश या कर्मयोगी मानवाच्या भौतिक शरीरातील प्राणदीप २५ जुलै २००८ रोजी अखेरीस मंदावला. त्यांच्या विचारांची ज्योत मात्र अजूनही अगणित लोकांना स्फूर्ती देत आहे की, काही मिळवण्यासाठी जीव तोडून प्रयत्न करा; कुटुंबावर मनापासून प्रेम करा आणि हे आयुष्य कुठलीही खंत न बाळगता भरभरून जगा.

■

आयुष्याचा अर्थ शोधताना...

सुमारे चाळीस वर्षांपूर्वी मी टाटा हॉस्पिटलमध्ये दाखल झाले तेव्हा कर्करोगासाठी उपचार व रुग्णालय या दोन्ही गोष्टी मर्यादित होत्या. त्यामुळे देशभरातले रोगी आणि त्यांचे नातेवाईक टाटामध्ये धडपडत यायचे. मी सर्वात प्रथम ज्याचे रक्त माझ्या संशोधनाकरिता घेतले त्याला रक्ताचा कर्करोग होता. माझ्यासारखाच वीस वर्षांचा वैद्यकीय विद्यार्थी. आजही मला त्याचे नाव आणि चैतन्यविरहित डोळे स्पष्ट आठवतात. कितीही टोचले तरी त्याने कधी हूं का चूं केले नाही आणि त्याच्यामागे सावलीसारख्या फिरणाऱ्या त्याच्या आई-वडिलांच्या डोळ्यांचे पाणी कधी खळले नाही.

पुढच्या पाच-सहा वर्षांत अशी किती माणसे भेटत गेली! कुणी ओळख काढत आलेली तर काही माझ्या अंगावरचा पांढरा डगला बघून मदत मागत मागे लागलेली. पतीराम डोंगरातला आदिवासी. त्याच्या तळपायावर एवढा मोठा रंगीबेरंगी गोळा वाढला होता. डॉक्टरांनी इलाजांबद्दल न बोलता घरी जाऊन आराम कर म्हटल्यावर त्याला सगळे समजले. त्रागा किंवा तक्रार न करता फक्त इतकेच म्हणाला की, 'मला मुलांना शिकवायचं होतं आणि आयुष्यात एकदा समुद्र बघायचा होता.' मग पाच रुपये पदरमोड करून भर पावसात त्याला नेऊन चौपाटी व मत्स्यालय दाखवले. बिहारच्या मधुबनी जिल्ह्यातील कमला देवी माझ्यापर्यंत कशी पोहचली ते आठवत नाही. तिला स्तनाचा कर्करोग होता. उपचारासाठी तीन-चार वेळा आली आणि एका भेटीत मला दारच्या झाडाचे दोन आंबे घेऊन आली होती. तळेगावजवळून आलेला अशोक सोळा वर्षांचा तरणाबांड मुलगा. त्याची उंची सहा फूट आहे हे मला त्याच्या चार्टवरून समजले पण पायाच्या हाडाला झालेल्या

कर्करोगामुळे तो कायम स्ट्रेचरवर आडवाच होता. त्याच्या वडिलांनी धोतराच्या सोग्यातून आणलेली नोटांची पुडकी टेबलावर ठेवली आणि डॉक्टरांना विनवणी केली, 'साहेब, सगळी शेती विकून हे पैसे आणलेत, कसंही करून माझ्या पोराला बरं करा.'

अशी ही अनेक माणसे आली आणि अंतिम वाटेने कायमची निघून गेली. त्यांचा शेवट कधी आणि कसा झाला हे सहसा मला कळले नाही. पतीरामच्या मुलाने पत्र पाठवले पण कमलादेवी नंतर पुन्हा आलीच नाही. 'पानी टंकी के पीछे पिला घर' या पत्त्यावर मी पाठवलेले पत्र तिला पोहचले की नाही काय माहीत. या माणसांचे हाल, वेदना आणि त्यातच गरिबीमुळे आलेली असहायता पाहून माझा जीव कासावीस व्हायचा. दुःख, राग, संताप या भावनांनी मन भरून यायचे. पण त्या वयात एक तारुण्यसुलभ लवचीकता आणि हिंमत असते. कर्करोगाने माणसाला दिलेले हे अतोनात क्लेश बघून मी मनोमन निश्चय करत राहिले - माझे शिक्षण पुरे झाल्यावर भविष्यात माझ्या हातून नक्की काहीतरी मोठे कार्य होईल; ज्यामुळे अशा लोकांना आधार व दिलासा मिळेल.

पीएचडी संपल्यावर पुढील अभ्यासासाठी मी अमेरिकेला आले. नवीन देश, परिचयाचे कोणी नाही, खूप काम, कठीण हवामान आणि त्यात संशाधनात मिळणारे तुटपुंजे पैसे. जीवनातील एका खडतर पर्वाची इथे सुरुवात झाली. नंतर लग्न, एक मुलगी असा व्याप वाढला. मुलीचे संगोपन व शिक्षण, माझी पूर्णवेळ नोकरी आणि बाकी आवश्यक कौटुंबिक व सामाजिक जबाबदाऱ्या हे सगळे सांभाळणे म्हणजे तारेवरची कसरत होती. वाऱ्याने पाचोळा उडावा त्याप्रमाणे महिने आणि वर्षे या धावपळीत कधी निसटून गेली कळलेच नाही. अचानक एक दिवस माझी मुलगी म्हणाली, 'आई, तुला पन्नासाव्या वाढदिवसाला काय पाहिजे?' पन्नास आणि मी? विश्वास बसत नव्हता पण मी खरेच या महत्त्वाच्या टप्प्याजवळ पोहचले होते. वाढत्या वयाच्या जाणिवेने जुने तरुण दिवस आठवणीत परतून आले आणि सर्वात प्रकर्षाने आठवली ती त्या काळात पाहिलेली स्वप्ने आणि केलेले निग्रह. पुन्हा पुन्हा हाच विचार पिच्छा पुरवू लागला की, स्वतःचा संसार आणि काम यापलीकडे आपण केले काय? इतरांना साहाय्य करू, लोकांचं दुःख हलके करू. या काय निव्वळ कल्पनाच राहिल्या? मी फार बेचैन होऊन गेले. नवऱ्याला व

मुलीला एवढेच सांगितले की, जिथे आणि ज्यांच्या बरोबर मी मोठी झाले तिथेच मला माझा वाढदिवस करायचा आहे.

तर अशा तऱ्हेने मी आठवड्याच्या भेटीसाठी मुंबईला येऊन पोहचले. त्या पाच-सात दिवसांत मी तरुण मीला शोधण्याचा व पुन्हा अनुभवण्याचा खूप प्रयत्न केला. जुन्या जागांना आणि माणसांना भेटी दिल्या. वाढदिवसाच्या दिवशी अनेक वर्षांनी शाळामैत्रिणींना भेटून मनसोक्त गप्पा मारल्या. केसात सुरंगी, बकुळीचे गजरे भरघोस माळले आणि आई-भावंडांच्या सहवासात सुखावले. जायचा दिवस आला आणि जाणवले की ज्या प्रश्नामुळे अस्वस्थ होऊन आले होते तो अजून अनुत्तरितच राहिलाय. दुपारी काही शेवटची खरेदी करून येताना मनात हीच खंत होती. इतक्यात माझ्या पर्सचा पट्टा तुटून हातात आला. आता काय करू? मग आठवले की, आईच्या घराच्या नाक्यावर एक चांभार बसतो, तो देईल शिवून. मी तिथे उतरले आणि रिकामी पर्स वाकून पुढे केली, ‘दादा, हा पट्टा देता का शिवून पटकन?’ तर पर्स हातातून घेण्याऐवजी तो माझ्याकडे रोखून बघू लागला. मला काही कळेना पण तेवढ्यात तो म्हणाला, ‘ताई, कुठे होता इतकी वर्षं? मी खूप शोधलं तुम्हाला.’ माझा गोंधळलेला चेहरा बघून त्याने विचारले, ‘नाही ओळखलंत मला?’ मी नुसती नकारार्थी मान डोलावली. ‘मी आईला घेऊन टाटाला यायचो तेव्हा तुम्ही पुष्कळ मदत केलीत. तुमच्या माणुसकीने आम्हाला कितीतरी आधार वाटला. मरेपर्यंत आईने तुमची सय काढली. ती गेल्यावर तुम्हाला हे सांगायचं होतं पण टाटाला किती फेऱ्या घातल्या तरी तुम्ही काही पुन्हा दिसल्या नाहीत. फार उपकार आहेत ताई तुमचे,’ असे म्हणत त्याने हात जोडले. हे ऐकून मी अगदी हतबुद्ध झाले. म्हणजे हा माणूस निदान पंचवीस वर्षांपूर्वी घडलेल्या प्रसंगांबद्दल बोलतोय आणि त्याच्या आठवणीत मी सहज केलेली मदत इतकी स्पष्ट आहे की, इतका काळ लोटल्यावरही त्याने मला लगेच ओळखले. आणि माझे आभार मानण्यासाठी त्याने इतकी वाट पाहिली. पण हे सारे कशासाठी? मी तर फक्त चांगुलपणा आणि सहानुभूती दाखवण्यापेक्षा जास्त काहीच केले नव्हते (नसावे) आणि तरी कुणाला तरी त्याचे केवढे मोल वाटले?

घटना छोटीशीच पण मला एक नवी दृष्टी देऊन गेली. आपण आयुष्याची किंमत नेहमी सत्ता, प्रतिष्ठा, पैसा या मापाने मोजावी का?

ज्या कामाचे कौतुक, उदो उदो होत नाही, ज्यामुळे नाव आणि कीर्ती मिळत नाही ते काम निरर्थक असते का? त्या रात्री विमानात बसताना माझ्या मनाची तडफड अखेर शांत झाली होती. प्रत्येक व्यक्ती काही महान किंवा उत्तुंग कार्य नाही करू शकत पण जीवन कृतार्थ करण्यासाठी त्याचीच गरज असते असे नाही. आपण आपल्या कुवतीनुसार जिथे आणि जसे जमेल तसे चांगले वागावे; इतरांना प्रेमाचा शब्द व मदतीचा हात द्यावा. त्याचे फार मोठे लौकिक परिणाम नाही दिसणार पण या कृतीचे पडसाद कुणाच्या तरी स्मृतीत कदाचित खूप काळ उमटत राहतील.

■

माझ्यानंतर काय होईल?

अमेरिकेत दर वर्षी नोव्हेंबरमधल्या चौथ्या गुरुवारी कृतज्ञता दिन (Thanksgiving) साजरा केला जातो. इकडे इतर कुठलाच दिवस किंवा सण इतक्या श्रद्धेने साजरा होत नाही. लोक कशीही धडपड करून, थंडी-पाऊस बर्फ याला न जुमानता, कित्येक तासांचा विमानाचा वा गाडीचा प्रवास करून Thanksgiving च्या जेवणासाठी आपल्या प्रेमाच्या माणसांपर्यंत जाऊन पोहचतात. भोजन सुरू करण्याआधी माणसे आपले कुटुंब, मित्रपरिवार, आरोग्य आणि हे सहभोजन याबद्दल मुख्यत्वे आभार मानतात. असे म्हणतात की, प्रत्येकाच्या आयुष्यात काहीतरी चांगले असतेच आणि या जगात आपल्याहून दुर्दैवी कित्येकजण असतात. म्हणून जे आहे त्याचे जाणीवपूर्वक स्मरण करायला लावणारा हा दिवस अमेरिकेतील सर्वांनाच अतिशय महत्त्वाचा वाटतो.

जे आहे त्यात आनंद शोधा असे म्हणणे सोपे असले तरी सगळ्यांना ते शक्य होत नाही. त्यातही कर्करोगासारख्या दुर्धर व्याधीशी झगडताना सर्वात उदासीन मनःस्थिती असते ती ऐन संसारात गुरफटलेल्या मध्यमवयीन स्त्री-पुरुषांची. त्यांना एकीकडे स्वतःचे अकाली मरण दिसत असते आणि दुसरीकडे यामुळे त्यांच्या कुटुंबाचे भविष्यात होणारे अतोनात हाल. तरुण साथीदार, शिकणारी मुले, उतारवयीन आई-वडील या सर्वांना कोण सांभाळणार, माझ्यानंतर यांचे काय होणार, याची चिंता सतावत असते.

शेजारची मेधा माझ्याहून आठ-नऊ वर्षांनी मोठी. अभ्यासात तिचा फारसा कल नव्हता. त्यामुळे एकवीस वर्षांची झाल्यावर आई-वडिलांनी तिचे ओळखीच्या मनोहरशी लग्न लावून दिले. मेधा दिसायला सुरेख आणि घरकामात तरबेज होती. देखणा व उमदा मनोहर इंजिनियर म्हणून

मध्य प्रदेशात चांगल्या नोकरीवर होता. दोघे जोडीने सुट्टीवर यायचे तेव्हा शेजारचे घर प्रसन्न हसण्याने भरून जायचे. टाटा हॉस्पिटलमध्ये मी शिकायला सुरुवात केली तोपर्यंत या छान जोडप्याला दोन गोंडस मुलगे झाले होते, मुकुंद आणि माधव. पारंपरिक भाषेत सांगायचे तर दृष्ट लागेल असा सुखी संसार होता. आणि मग काहीतरी अतर्क्य घडले. नेहमीप्रमाणे १९८३ साली सुट्टीत हे कुटुंब आजोळी आले होते. एक दिवशी मनोहरने मला काही कागद दाखवले. त्याच्या जांघेत दोनेक वर्ष गाठ लागत होती. ती वाढून त्रास देऊ लागली म्हणून तो डॉक्टरकडे गेला आणि त्याच गाठीचा हा पॅथॉलॉजी रिपोर्ट होता. त्याच्या मध्य प्रदेशातील डॉक्टरने त्याला मुंबईत टाटामध्ये जा असा मोघम सल्ला दिला होता. मी वाचायला सुरुवात केली आणि सुन्न होऊन गेले. मनोहरला लिम्फ ग्रंथींचा कर्करोग झाला होता. याला Non-Hodgkin's Lymphoma किंवा थोडक्यात NHL असेही म्हणतात. हा आजार त्या काळामध्ये बरा होण्यातला नव्हता पण मेधा मनोहर यांना त्याची जराही कल्पना नव्हती. मी त्यांना न घाबरवता पण ठामपणे पटवले की, टाटामध्ये तपासणी करून गाठ संपूर्ण गेली आहे याची खात्री केल्याशिवाय तुम्ही परत जाणे चुकीचे आहे. दुसऱ्या दिवशी खटपट करून मी मनोहरला या विषयातील मोठ्या डॉक्टरांपुढे उभे केले आणि पुढच्या सगळ्या चाचण्या सुरू झाल्या. मनोहरने दिरंगाई केल्यामुळे कर्करोगाच्या पेशी शरीरात पसरल्या होत्या. आता शस्त्रक्रियेने गाठ काढून रोग कह्यात येणार नव्हता. याचा अर्थ पुढच्या काही वर्षांत शेवट अटळ होता. मेधा–मनोहर या सगळ्यात हबकून गेले होते पण त्यांना, विशेषतः मनोहरला, हे पटत नव्हते. त्याचे तरणेबांड सुदृढ शरीर काही व्यसने वगैरे न केल्यामुळे अजून मजबूत होते. ते अचानक असे कसे ढासळेल? अखेरीस त्याने मुंबईत राहून उपचार घेण्याचे मान्य केले आणि ते चौघे शेजारीच राहिले. मनोहरवर इलाज करण्यासाठी डॉक्टरांनी प्रयत्नांची शर्थ केली. किमोथेरपी, रेडिएशन सर्व काही त्या काळच्या पद्धतीप्रमाणे दिले. काही महिने थोडा आरामही पडला पण पुन्हा गाठी शरीरभर वाढू लागल्या. आता तब्येतही साथ देईना, डोळे खोल गेले, हाडाचा सापळा झाला आणि चालताना दम लागून आधाराची गरज भासू लागली. खळखळणाऱ्या हसण्याची जागा दीर्घ उसासे आणि दबके हुंदके यांनी घेतली.

मी शिकत असलेल्या कर्करोग संशोधन संस्थेत १९८४च्या शेवटास

एक मोठी बैठक होती. त्याच सुमाराला अशक्तपणामुळे मनोहर हॉस्पिटलमध्ये दाखल झाला होता. मला बैठकीच्या ठिकाणी निरोप आला की लगेच बाराव्या मजल्यावर जा. वाटेतच कळले की, मनोहरची झुंज संपली आहे. तिथे वॉर्डच्या बाहेर मोठे कुंकू आणि पोवळ्याचे मंगळसूत्र यांनी साजिरी दिसणारी मेधा मृत्युंजय जप करत बसली होती. तिच्यावर आभाळ कोसळले या आठवणीने आजही मन विदीर्ण होते.

दुसऱ्या दिवशी घराबाहेर अंत्यक्रियेची तयारी चालू असताना मुकुंद व माधव भेदरून आमच्याकडे बसले होते. मुकुंदला पोटाशी घेऊन माझे वडील सद्गदित झाले. म्हणाले, 'सातव्या वर्षी बाप जाणे मी अनुभवले आहे, कसे होणार या पोरक्या पोराचे?' आत्यंतिक शोकात असेच काही आठवडे गेले आणि एक दिवस मोकळ्या कपाळाची, रिकाम्या गळ्याची मेधा माझ्याकडे आली. तिला या बाह्य चिन्हांचे काहीच सुखदुःख नव्हते. फक्त तिला आता कुणाच्या घरी, अगदी माहेरीसुद्धा राहायचे नव्हते आणि म्हणून नोकरी हवी होती. मॅट्रिक पास व काही अनुभव नाही. तरी पण माझ्या परिचयातील एका दयाळू गृहस्थांनी तिची कहाणी ऐकून तिला शाळेत छोटीशी नोकरी दिली. पगार कमी होता आणि मेधाकडे शिल्लक फारशी नव्हती. वाढत्या संसाराच्या व्यापात मनोहरला बचत करायला सवडच मिळाली नव्हती. अखेर मेधाने धडपड करून मुंबईबाहेरच्या शाळेत बदली करून घेतली. सुदैवाने तिथे तिच्या मुलांना शिक्षण मोफत मिळाले. मग आमच्या भेटी कमी झाल्या आणि मी अमेरिकेत आल्यावर संपर्कच तुटला. एकदा माझ्या आईकडून कळले की मनोहरने मदत केलेला एक सहकारी मेधाला शोधत आला आणि त्याने तिला अधिक पगाराची नोकरी मिळवण्यास मदत केली. मी मिशीगनमध्ये असताना १९९१ साली मुकुंदने मला अचानक पत्र पाठवले. त्या पत्रातून त्याने त्यांची खुशाली आणि अभ्यासातील प्रगती कळवली होती आणि त्या मजकुरातून त्याचा समजूतदारपणा जाणवत होता. या नंतरच्या काळात मेधाविषयी फक्त कधीतरी ओझरते कानावर यायचे. जाणवायचे की तिचे मुलगे आता बरेच मोठे झाले असतील पण माझ्या मुंबईतल्या छोट्याशा भेटीच्या धावपळीत मुद्दाम चौकशी करत जायची उसंत कधी मिळाली नाही.

मध्यंतरी एकदा आईला भेटायला गेले असताना एका संध्याकाळी आईच्या घराची बेल वाजली. दारात उंचापुरा हसरा पुरुष, जोडीला

आकर्षक सुरेख स्त्री आणि आठ-नऊ वर्षांची मुलगी असे उभे होते. त्यांच्या पाठोपाठ एक ओळखीची वाटणारी प्रौढ बाई आत आली आणि क्षणार्धात लक्षात आले की ही तर मेधा. आणि बाकी तिघे म्हणजे मुकुंद, त्याची बायको व मुलगी. मेधाची दोन्ही मुले चिकाटीने कष्ट करून इंजिनियर झाली. दोघांनी उच्चशिक्षित समंजस मुलींशी लग्न केले. एकमेकांना मदत करून सगळे उत्तम नोकरी-व्यवसाय करत होते. मुंबईच्या उपनगरात त्यांनी आपापली घरे घेतली होती. मेधा म्हणाली, 'दोन्ही मुलगे मला काही कमी पडू देत नाहीत आणि सुना मला काही काम करू देत नाहीत. मी अगदी आरामात आहे.' हे सांगताना तिला भरून आले आणि माझेही डोळे डबडबले. बत्तीस वर्षांनंतर त्याच खोलीत केवढे वेगळे दृश्य होते. मनोहरच्या निधनाने त्याच्या बायको-मुलांची परवड नक्कीच झाली. तो नसल्याची पोकळी आणि खंत त्यांना कायम जाणवत असणार. समाधानाची व सुदैवाची गोष्ट ही की, मनोहरच्या जाण्याने ते कुटुंब उद्ध्वस्त झाले नाही तर त्यांनी हिमतीने आपले आयुष्य सावरले आणि यशस्वी केले. मनोहरला त्यांच्या कर्तृत्वाचा नक्कीच अभिमान वाटला असता. असे शून्यातून सफलतेकडे जाणे सोपे नाही परंतु अशक्यही नाही.

■

उत्तरजीवी

दरवर्षी जून महिन्याच्या पहिल्या रविवारी कर्करोगाशी संबंधित फार महत्त्वाचा दिवस पाळला जातो तो म्हणजे National Cancer Survivors Day. अमेरिकेत या दिवशी बरेच कार्यक्रम आयोजित केले जातात, ज्यामध्ये कर्करोगाला तोंड देऊन यशस्वीपणे पुन्हा आयुष्य जगणाऱ्या व्यक्ती मोठ्या संख्येने भाग घेतात. Survivor या शब्दाचा अर्थ मराठीत शोधला तर महान आपत्तीतून वाचलेला मनुष्य असा मिळतो आणि त्याला 'उत्तरजीवी' असेही म्हणतात. कर्करोग होणे ही नक्कीच महान आपत्ती असते आणि त्यातून सहीसलामत बाहेर येण्यासाठी पुष्कळ कष्ट, जिद्द आणि सोशीकता यांची गरज असते.

लोकांना कर्करोगाचा इतका धसका असतो की, या रोगातून वाचून कुणी पुन्हा नेहमीचे दैनंदिन आयुष्य जगू शकेल हे त्यांना खरे वाटत नाही. परंतु लवकर होणारे निदान आणि प्रभावी गुणकारी उपाय यामुळे कित्येक प्रकारचे कर्करोग आता पूर्णपणे बरे होतात आणि इतर अनेक रुग्णांना कित्येक वर्षं चांगला आराम पडू शकतो. त्यामुळे कर्करोगातून वाचलेल्या उत्तरजीवी माणसांच्या संख्येत आता लक्षणीय वाढ झाली आहे. आज अमेरिकेत साधारण विसांत एक माणूस कर्करोगाचा survivor आहे आणि अशा उत्तरजीवींची संख्या दीड कोटीच्या वर गेली आहे.

कर्करोग प्राथमिक अवस्थेत लक्षात आला तर लगेच उपाय करून त्याचा नायनाट करता येतो. अशा वेळेला अर्ध्याहून जास्त लोकांना पाच वर्षं वा अधिक जीवनप्राप्ती होते. उत्तरजीवींचे प्रमाण बघताना दोन गोष्टी विचारात घेतल्या पाहिजेत. रोगप्रकाराचा प्रादुर्भाव आणि लवकर निदान होऊन प्रभावी उपचार मिळण्याची शक्यता. उदाहरणार्थ, स्तनाचा कर्करोग

बायकांमध्ये सर्वात जास्त होतो. ही गाठ बाह्य अंगावर असल्याने लवकर सापडते आणि या रोगावर अनेक गुणकारी इलाज करता येतात. त्यामुळे कर्करोगाच्या उत्तरजीवींची स्त्रियांमधील आकडेवारी पाहिली तर त्यात स्तनाच्या कर्करुग्णांचे प्रमाण साधारण ५०% आहे. त्याचप्रमाणे पुरुषांमध्ये प्रोस्टेट ग्रंथीच्या उत्तरजीवींचे प्रमाण साधारण ५०% आहे. याव्यतिरिक्त गर्भाशय, आतडे, मूत्राशय, त्वचा असे इतर कर्करोग झालेली माणसेदेखील पहिले निदान झाल्यानंतर पाच ते दहा वर्षे जगताना दिसत आहेत. पुरुषांत अंडकोषाचा कर्करोग झालेले जवळपास सगळे रुग्ण संपूर्ण रोगमुक्त होतात. थायरॉईड ग्रंथी, लिम्फ ग्रंथी, गर्भाशयाचे मुख हे कर्करोगदेखील आता प्राणघातक ठरण्याची शक्यता खूप कमी झाली आहे. लहान वयात सर्वसाधारण होणारे आणि एके काळी असाध्य समजले जाणारे कर्करोग, ज्याच्यात रक्त, लिम्फ ग्रंथी, हाडे अशा अनेक प्रकारांचा समावेश आहे, आता उपचारांनी बरे करता येतात. पाश्चात्त्य देशांतून लहान मुले व तरुण उत्तरजीवींचे प्रमाण ८० टक्क्यांहून अधिक आहे. या माहितीवरून खात्री पटेल की, कर्करोगावर उपाय शोधण्याचे काम अखंड चालू आहे आणि त्याचे चांगले परिणाम दिसू लागले आहेत. परंतु जेव्हा रोग पुढच्या अवस्थेत जाऊन शरीरात पसरलेला असतो तेव्हा उपाय करणे दुर्धर होते. अशा रुग्णांत पाच वर्षं जीवनप्राप्तीचे प्रमाण फार कमी आहे.

कर्करोगावर मात केली तरी त्याकरिता केलेल्या उपचारांचे अनेक त्रासदायक परिणाम मागे राहतात. रेडिएशन अथवा शस्त्रक्रियेतून काही व्यंग निर्माण होते; काही इंद्रियांचे कार्य कमकुवत होते; कुठेतरी दुखत राहते. शिवाय जरा खुट्ट झाले तर पुन्हा रोग उलटला का अशी एक धास्ती मनात वाटते. जुने राहणीमान स्वीकारताना अनेक तडजोडी कराव्या लागतात.

अनेक रुग्णांना कर्करोगातून जीवदान मिळत असले तरी एकदा हा आजार झाला की माणसाचे आयुष्य कायमचे बदलते. या रोगाचे निदान ते उपचार पूर्ण करून डॉक्टरांनी सगळे आलबेल आहे असे सांगेपर्यंतचा प्रवास म्हणजे प्रत्येकाच्या जीवनातील एक कठीण आव्हान असते. यथावकाश शारीरिक खुणा भरून आल्या किंवा शस्त्रक्रियेचे घाव पुसट झाले तरी हा अनुभव कोणी विसरू शकत नाही. असा नवीन दृष्टिकोन लाभलेले कित्येक उत्तरजीवी फक्त स्वतःकरता जगत नाहीत तर हर तऱ्हेने

या रोगाच्या संघर्षात आपला हातभार लावतात. कुणी संशोधनासाठी निधी जमवण्याचा प्रयत्न करतात; काही इतर रुग्णांना मदत करतात तर कोणी आपल्या चुकांची जाहीर कबुली देऊन इतरांना वाईट सवयींपासून परावृत्त करतात.

कर्करोगाच्या फटक्यातून वाचून पुन्हा दैनंदिन आयुष्य जगणारी बरीच माणसे आता दिसतात. परंतु वीस-पंचवीस वर्षांपूर्वी असा मनुष्य भेटणे विरळा होते. माझ्या सुदैवाने अशा अत्यंत विलक्षण दोन व्यक्ती मला जवळून पाहायला मिळाल्या. या दोन्ही मध्यमवयीन संसारी बायका होत्या आणि कर्करोगातून बरे होताना दोघींना मोठी किंमत मोजायला लागली होती.

माझ्या आईची मोठी बहीण म्हणजे माझी शांत, शालीन, आणि सुग्रण मनूमावशी. मी टाटात शिकत असताना १९८१च्या सुमारास तिचे यजमान निवृत्त होऊन ते उभयता जुन्नरला राहायला गेले. अचानक एक दिवस निरोप आला की मावशीचा पाय खूप दुखतोय तेव्हा बघायला ये. क्ष-किरण तपासणीत गुडघ्याच्या हाडाला गाठ असल्याचे दिसले. तिला टाटाला आणून दाखवले तर डॉक्टर म्हणाले की, पाय काढला तर पुढे काही धोका राहणार नाही. बिचाऱ्या मावशीने निमूटपणे संमती दिली. सुदैवाने शस्त्रक्रिया उत्तम पार पडली पण खरी परीक्षा तर पुढे होती. कायम नऊवारी नेसणाऱ्या या बाईला कितीतरी गोष्टी मोठ्या वयात नव्याने शिकायला लागल्या. आमच्या घरी ती महिनाभर रेडिएशन (तिच्या भाषेत लाइट) पुरे होईपर्यंत राहिली आणि त्या काळात कुबड्या घेऊन लंगडत चालण्याची तिने सवय केली. नंतर ते जुन्नरला त्यांच्या घरी परतले. तिथे गेल्यावर तिच्याकरता कृत्रिम पाय करून घेतला पण तेव्हाचा तो पाय अवजड आणि वजनदार होता. लावला की मावशीला दुखायचं. मग तिने स्वयंपाकघरातला ओटा खाली उतरवला आणि स्वयंपाकाची सगळी कामे पाटावर बसून करायला लागली. घरात वावरताना ती कुबड्या घेऊन किंवा लंगडत फिरायची. संध्याकाळी वाड्यातल्या बायका गप्पा मारायला खाली जमल्या की मजेत उतरून जायची. फक्त कुठे खास प्रसंगाला जाताना मावशी पाय लावून जायची पण तिचे दररोजचे काम पाहिले तर आपणच चकित होत असू की पाय नसल्यामुळे तिचे काहीच कसे अडत नाही. बरे हे सगळे इतक्या सहजपणे केलेले की, त्यात काही मोठेपणाचा आव नाही की नशिबाबद्दल कुरकुर नाही. दोन्ही हातांनी

सुग्रास अन्न खाऊ घालून जावई-नातवंडे-पैपाहुणे यांना मावशीने तुष्ट केले. एकटीने एका पायावर कितीतरी काम केले पण त्या हसऱ्या वत्सल चेहऱ्यावर कधी आठी उमटलेली कोणी पाहिली नाही. पाय काढल्यानंतर सुमारे २०-२२ वर्षे मावशी राहिली आणि चांगली गोष्ट अशी की तिला कर्करोगाचा पुन्हा काही त्रास झाला नाही. या काळात मावशीला कुटुंबातील कितीतरी छान घटनांमध्ये सहभागी होता आले. नात्यात आणि ओळखीत तिला खूप आदर मिळाला. हे असे एक तृप्त जीवन होते की, ज्यात मावशीच्या पायाचे वैगुण्य अगदी क्षुल्लक होऊन गेले. तिने पायाच्या उणिवेची पर्वा न करता जगणे चालू ठेवले आणि मग बाकीचे जगही तिचे व्यंग जणू विसरून गेले.

दुसऱ्या अशा आदरणीय बाई म्हणजे माझ्या वहिनीच्या नात्यातल्या अत्यंत आनंदी आणि उत्साही माई. घरात कुठलाही सणसमारंभ असला तर अगत्याने भाग घ्यायचा, वेळप्रसंगी मदत करायची आणि सल्ला द्यायचा, अशा स्वभावामुळे माईंविषयी सर्वांनाच आपुलकी वाटत असे. त्यांच्या प्रसन्न चेहऱ्यावर एकच उणीव म्हणजे कायम लावलेला काळसर रंगाचा चष्मा. बहुतेकांना प्रथमदर्शनी प्रश्न पडायचा की याचे कारण काय असावे? पण माईंचे वागणे इतके सहज मोकळे असायचे की जणू काही हा चष्मा नैसर्गिकच आहे. त्यामुळे कधी त्यांना काही विचारावे असे वाटले नाही. एकदा स्वयंपाकघरात धूर झाला म्हणून डोळे पुसायला त्यांनी चष्मा काढला तेव्हा मी पाहिले की त्यांच्या डाव्या डोळ्याच्या जागी फक्त एक खाच होती. नंतर चौकशी केल्यावर समजले की कर्करोग होऊन त्यांचा डोळा गेला होता. मी अमेरिकेला आल्यावर माईंशी संपर्क कमी झाला. तरीही कधीतरी कार्यात भेटल्या की हसून आपलेपणाने बोलणे व्हायचे. माईंच्या मुलांची लग्ने होऊन घरात सून-जावई-नातवंडे आली होती. शिवाय त्यांच्याकडे कुळधर्म-कुळाचार असेही बरेच व्याप होते. त्यांना या सगळ्याची हौस आणि उरक होता. त्यामुळे कधी तक्रारीचा सूर त्यांच्याकडून ऐकलाच नाही. यालाही खूप वर्षे लोटली. एक दिवस माझ्या वहिनीकडून कळले की छोट्या आजाराचे निमित्त होऊन माईंचे निधन झाले. ऐकून एक प्रेमळ माणूस गेल्याचे दुःख तर झालेच पण अशी खंत वाटली की त्यांना पूर्वी काय आजार झाला होता हे कर्करोगावर काम करत असूनही मी कधी विचारले नाही. शेवटी न राहवून मी त्यांच्या बहिणीला फोन केला. त्यांच्याकडून कळले की माई

तरुण असताना १९६९ साली त्यांना दाढ किंवा जबड्यात गाठ झाली होती. तेव्हा कर्करोगाबद्दल लोकांना मर्यादित ज्ञान होते. त्यामुळे नक्की निदान काय होते ते काही समजले नाही. सुदैवाने ती गाठ काढल्यावर माईंना आराम पडला आणि रोगाचा मागमूस उरला नाही. त्यांचा संसार नीट चालू राहिला. मुले मोठी झाली आणि अचानक १९८७ साली पुन्हा लक्षणे उद्भवली. एक दिवस देवपूजा करताना नाकातून रक्त येऊ लागले आणि नंतर डोळा बाहेर आला. या खेपेला उपचार करताना त्यांचा डोळा काढावा लागला जबड्याचा काही भाग कापून तिथे मांडीचे हाड लावले आणि किमोथेरपी घेताना बराच त्रास होऊन सगळे केसही गळले. या सगळ्यातून माई व्यवस्थित सावरल्या आणि पुढची वीस-बावीस वर्षे अगदी भरभरून जगल्या.

आज माझ्या स्वतःच्या प्रौढ वयात या दोन स्त्रियांची महती मला जास्त जाणवते आहे. या माझ्या आधीच्या पिढीतील बायकांनी कर्करोगाला तोंड देण्याचे आणि त्यातून आलेले इतके मोठे वैगुण्य घेऊन आनंदाने व समाधानाने जगण्याचे दिव्य कसे केले? त्यांनाही शरीरातील व्यंग बघून नक्कीच वाईट वाटले असेल. दृष्टी कमी झाल्याने किंवा पाय नसल्याने अनेक अडचणी आल्या असतील. त्या परिस्थितीत काम करताना दुखले-खुपले असेल. पण दोघींची देवावर श्रद्धा होती, कर्तव्याची जाण होती आणि जगण्याची प्रबळ इच्छा. शिवाय दोघींकडे त्यांना जवळ घेणारी व माया करणारी हक्काची माणसे होती. या सगळ्यातून त्यांना मनोबळ मिळाले आणि त्यांनी या रोगाला मनातून हद्दपार केले. इतके की एक डोळा किंवा पाय नसणे ही त्यांच्यासाठी नगण्य बाब झाली. त्यांच्या अशा सकारात्मक वागण्यामुळे इतरांनादेखील यात काही वावगे वाटले नाही. कर्करोग हा त्यांना कधीतरी झालेला आजार होता पण त्यांनी ती स्वतःची ओळख होऊ दिली नाही. या कठीण संकटाला सामोरे जाऊन आणि नंतर ते पाठीमागे सोडून देऊन त्या दोघी एक सुरेख कृतार्थ आयुष्य जगल्या.

नवीन प्रगत औषधे आणि कर्करोगाबद्दल चाललेल्या अखंड संशोधनातून मिळणारे ज्ञान यामुळे अधिकाधिक माणसांना या रोगातून वाचून दीर्घ जीवनप्राप्ती होऊ लागलेय. यातल्या प्रत्येक उत्तरजीवीकडून धैर्य, सहनशीलता, आशावाद असे खूप काहीतरी शिकण्यासारखे आहे. आज इथे परदेशात अशा कर्करोगाच्या उत्तरजीवींना प्लॅस्टिक सर्जरी,

समुपदेशन, वैद्यकीय मार्गदर्शन अशी कितीतरी मदत मिळते. माई आणि मावशी यांची कहाणी विशेष आहे. कारण त्यांच्या अस्तित्वाला अर्थ आणि जिवंतपणा होता. प्रत्येक उत्तरजीवीचे तेच तर ध्येय असते; नुसते जीवित राहायचे नाही तर एक सक्रिय जिवंत जीवन पुन्हा जगायचे. आर्थिक अडचण, एकटेपणा, शारीरिक वा मानसिक दुबळेपण अशी कित्येक आव्हाने आजच्या उत्तरजीवींपुढे उभी असतात. पुन्हा आयुष्य उभारण्याच्या धडपडीत त्यांना समजून घेणे; आधार देणे आणि प्रोत्साहित करणे, ही फक्त त्यांच्या कुटुंबाची नाही तर मित्रपरिवार आणि सगळ्या समाजाची जबाबदारी आहे. त्यांना योग्य रीतीने सामावून घेण्यात आपण यशस्वी झालो तरच कर्करोगाच्या उपचारांना खऱ्या अर्थाने पूर्णत्व येईल.

■

माणूसपण जपणे मोलाचे

मराठी माणसांना साध्या भाषेत कर्करोगासारख्या अवघड आणि गहन विषयाबद्दल माहिती द्यावी असे मला गेली कित्येक वर्षे वाटत होते, परंतु कर्करोगाबद्दल इतके विविध प्रकारचे शास्त्रोक्त लेख लिहिणे हे एक मोठेच आव्हान होते. या लिहिण्याच्या प्रक्रियेचे मुख्य वैशिष्ट्य असे की मला याकरता बराच अभ्यास करावा लागला. कर्करोगाविषयी, विशेषतः या रोगाचे स्वरूप आणि उपचार कसे विकसित होत गेले याविषयी, कितीतरी तपशील मला नव्याने कळले. ते समजून घेऊन मग ते सोप्या भाषेतून वाचकांना समजेल अशा रीतीने सादर करण्यात मला पुन्हा मराठीच्या प्रांगणात खेळायचा आनंद मिळाला. हे जाणवले की आपल्या मराठी भाषेतसुद्धा जटिल मजकूर आणि आधुनिक विचार व्यक्त करण्याची क्षमता व सामर्थ्य आहे. सुदैवाने मला संगणक वापरून देवनागरी लिपीत लिहिणे उत्तम प्रकारे आत्मसात करता आले. त्याच्या जोडीला इंटरनेटचे वैश्विक जाळे असल्यामुळे मला लिहिणे अत्यंत सुलभ झाले. आजच्या प्रगत तंत्रज्ञानामुळे मी एक बटन दाबून माझा लेख कुठल्याही ठिकाणाहून हजारो मैल दूर मुंबईतल्या ऑफिसात पाठवू शकले. अगदी २५-३० वर्षांपूर्वी जादू किंवा अद्भुत वाटली जाणारी ही गोष्ट आज सहज शक्य झाली आहे. खरे म्हणजे सर्वच क्षेत्रांत अशी प्रगती झाली आहे आणि कुठल्याही विषयावर आता चटकन सुलभरीत्या माहिती मिळवता येते. तरीही आपल्या महाराष्ट्रातील सुशिक्षित लोकांतदेखील कर्करोगाविषयी अनेक गैरसमजुती आणि भ्रामक कल्पना दिसून येतात. त्याचे एक कारण असे की शास्त्रीय भाषा व संकल्पना समजणे सोपे नसते. त्यातून पुन्हा सगळीकडून येणाऱ्या वेगवेगळ्या माहितीतून खरे-खोटे काय हे कळणे अधिकच कठीण.

माझ्या लिखाणातून मी ही अडचण दूर करण्याचा प्रयत्न केला आहे. यात दिलेली कर्करोगाबद्दलची सर्व माहिती शास्त्रोक्त आणि अद्ययावत आहे. कर्करोग कसा होतो हे कळावे म्हणून मी मानवी शरीरातील पेशी आणि त्यातील होणाऱ्या जनुकातील बदलांबद्दल सोपे स्पष्टीकरण दिले. त्याबरोबर ही सर्व प्रक्रिया होण्यात अनेक वर्षे का लागतात हेसुद्धा स्पष्ट केले.

कर्करोग का होतो याची कारणे देताना मी आजमितीला जे ग्राह्य आहे तेच प्रामाणिकपणे मांडले. दारू, तंबाखू, लठ्ठपणा, बैठी दिनचर्या, अति मांस खाणे अशा गोष्टी टाळल्या तर कर्करोग होण्याची शक्यता कमी होते हे आवर्जून सांगितले. आपण सर्वच जीवनात पदोपदी काही निवडी करतो. व्यसने हासुद्धा स्वतःहून निवडलेला पर्याय आहे आणि त्याचे परिणाम होऊ शकतात हे मला निसंदिग्धपणे मांडायचे होते. हे सत्य आहे की कर्करोग कधी व का होईल हे सांगता येत नाही; पण अशी सबब सांगून वाईट सवयी चालू ठेवल्या आणि हे संकट स्वतःवर ओढवून घेतले तर नंतर ही चूक सुधारणे अशक्य असते.

कर्करोगाबद्दल ज्या गोष्टी अजून पूर्ण कळलेल्या नाहीत त्यांचा मी वेळोवेळी उल्लेख केला. उदाहरणार्थ, वाईट सवयी नसणाऱ्या माणसांना कर्करोग का होतो. त्याचबरोबर कर्करोगाच्या काही मुख्य प्रकारांबद्दल मुद्दाम विस्ताराने लिहिले. कारण त्या माहितीचा अनेक लोकांना उपयोग होऊ शकतो.

वाचकांना तर्कनिष्ठ विचार करण्यास प्रवृत्त करावे; त्यांनी अंधश्रद्धा किंवा भूलथापांना बळी पडून पैसे अथवा मूल्यवान वेळ वाया घालवू नये या हेतूने मी कर्करोगाच्या उपचारांवर चालणारे संशोधन व नवीन औषधे यांची माहिती दिली आणि तथाकथित चमत्कार म्हणजे काय हे रहस्य उघड केले. मला इमेलने आलेले वाचकांचे अनेक प्रश्न बघून लोकांना सर्वसाधारण काय शंका असतात हे माझ्या लक्षात आले आणि त्यांचे निरसन करण्यासाठी मी एक स्वतंत्र प्रकरण लिहिले आहे. हे वाचून सर्वसाधारण व्यक्तीची कर्करोगाविषयीची जाण वाढावी अशी अपेक्षा आहे.

या लिखाणाद्वारे मी काही लोकांना तुमच्या घरात आणले. नायगावातील अशिक्षित पण शहाणी मंजुळाबाई व अमेरिकेतील दयाळू कुटुंबवत्सल मार्क; बुद्धिमान कर्मयोगी रँडी व मनोहरच्या अकाली

मृत्यूनंतर जिद्दीने झुंजून यशस्वी झालेले त्याचे कुटुंब यांच्यासारखी असंख्य माणसे या आजाराच्या संकटाला धैर्याने सामोरे जातात. पाय गेल्यावरसुद्धा मानाने उभी राहिलेली माझी मावशी आणि डोळा गमावूनदेखील आनंदाने जगणाऱ्या माई या प्रत्येकाची वेगळी पण विलक्षण कहाणी ऐकली की एक साधर्म्य जाणवते. ते म्हणजे त्यांची जीवनावरची श्रद्धा आणि त्यातून प्राप्त झालेले मनोबळ. आपल्या रोजच्या आयुष्यात जमेल तसे चांगले काम करत राहावे, हा आयुष्याचा कानमंत्र मी नकळत अशा लोकांच्या सहवासात शिकले. याबद्दलचा माझा स्वतःचा अनुभव तुमच्यापैकी अनेकांच्या मनाला स्पर्श करून जाईल याची मला खात्री आहे.

हे या पुस्तकातील शेवटचे प्रकरण आहे. कर्करोग हा विषय संपलेला नाही. यावर जितके लिहावे तितके थोडे, पण मूलभूत सर्व माहिती देऊन झाली आहे. हे सगळे लेख एकत्र संग्रहित करून प्रकाशित केल्यामुळे जिथे कर्करोगासाठी वैद्यकीय केंद्रे आहेत तिथल्या रुग्णांना यांचा फायदा होईल अशी अपेक्षा आहे. त्याचप्रमाणे निरोगी लोकांना ही माहिती वाचून जीवनशैलीत सुधारणा करण्याची बुद्धी झाली तर माझ्या लिहिण्याच्या कष्टाचे सार्थक झाले असे मला वाटेल.

मी शाळा-कॉलेजमधून वक्तृत्व स्पर्धेच्या निमित्ताने महाराष्ट्रातील अनेक गावांत जायचे. प्रत्येक वेळी मला वाटायचे की इथे मला ओळखणारे कोणीच का नाही? या लिखाणाने मला कित्येक गावातल्या असंख्य लोकांपर्यंत पोहचवले. खूप नव्या ओळखी झाल्या आणि काही जुने परिचित सापडले. तुम्ही दिलेले प्रेम, कौतुक, आदर याकरता मी सर्वांची अत्यंत ऋणी आहे.

समारोप करताना इतकेच सांगू इच्छिते की एक चांगले आयुष्य जगण्याचा संकल्प करा. निरोगी व्यसनमुक्त दिनचर्या शारीरिक बळ देते व कष्ट, ध्येय व परोपकार यामुळे मानसिक आणि आध्यात्मिक उंची वाढते. त्यातूनही कर्करोगासारखे संकट आले तर खचून न जाता योग्य ते सगळे उपचार करा. आशावाद व हिंमत ठेवून सगळ्या त्रासातून मार्ग काढण्याचा आटोकाट प्रयत्न करा. आणि शेवटी काही झाले तरी आपले माणूसपण जपण्याचा हट्ट सोडू नका. कारण हा जीवनाचा सगळा अट्टहास शेवटचा दिस गोड व्हावा, यासाठीच तर असतो.

■

परिशिष्ट - १

सरकारी आणि खाजगी कर्करोग रुग्णालये

प्रिन्स अली खान हॉस्पिटल
आगा हॉल, नेसबिट रोड, ताराबाग
माझगाव, मुंबई ४०० ०१०
फोन : (०२२)२३७७७८००

टाटा मेमोरियल रुग्णालय
डॉ. ई. बोर्जेस रोड, परळ
मुंबई ४०० ०१२
फोन :(०२२) २४१७७०००
२४१४६७५०, २४१४६७५५
email : info@tmcmail.org
tmcit1@vsnl.com

जसलोक रुग्णालयातील संशोधन केंद्र
१५, डॉ. देशमुख मार्ग, पेडर रोड
मुंबई ४०००२६
फोन : (०२२) ६६५७३३३३
६६५७३०१०

डॉ. बाळाभाई नानावटी रुग्णालय
एस. व्ही. रोड, विलेपार्ले (पश्चिम)
मुंबई ४०० ०५६
फोन : (०२२) २६२६७५००
वेबसाइट :
http:/www.nanavatihospital.org

बॉम्बे हॉस्पिटल अॅण्ड मेडिकल रिसर्च सेंटर
१२, विठ्ठलदास ठाकरसी मार्ग
मरिन लाईन्स, मुंबई ४०० ०२०
फोन : (०२२) २२०६७६७६

लेडी रतन टाटा रुग्णालय
नरिमन पॉइंट, एअर इंडिया
इमारतीजवळ, मुंबई ४०० ०२१
फोन : (०२२) २२०४७८२३
मोबाइल : ९८२०२००३००

एशियन कॅन्सर इन्स्टिटयूट
इस्टर्न एक्सप्रेस हायवे
एव्हरार्ड नगरमागे, सोमय्या
आयुर्विहार सायन (पूर्व)
मुंबई ४०० ०२२
फोन : (०२२) ५०२५५०२५

संत तुकाराम कॅन्सर हॉस्पिटल
गोरक्षण रोड, महर्षी दयानंद मार्ग
अकोला ४४४ ००४
फोन : (०७२४) २४५९३३३
२४५९२२२
email :
info@cancerhospital.org.in
cancerhospital@rediffmail.com

सिव्हिल रुग्णालय
आम-खास मैदान
औरंगाबाद ४३१ ००१
फोन : (०२४०) २४०२४१८
२०५०५९२

मराठवाडा कर्करोग रुग्णालय व संशोधन केंद्र
पारिजात, भाग्यनगर
अदालत रोड
औरंगाबाद ४३१ ००५
फोन : (०२४०) २४८४१९२

कोलंबिया आशिया
२२/२अ, न्याती एम्पायरजवळ
खरडी बायपास रोड, खरडी
पुणे ४११ ०१४
फोन : (०२०) ७१२९०२२२

सह्याद्री स्पेशालिटी रुग्णालय
डेक्कन जिमखाना, प्लॉट क्र. ३०-क
एरंडवणे, डेक्कन जिमखाना
पुणे ४११ ००४
फोन : (०२०) ६७२१३०००
२५४०३०००, २५४०३०४०

सह्याद्री हॉस्पिटल, बिबवेवाडी
प्लॉट नं. १३ सर्व्हे नं. ५७३
सिटी नं. २८१
स्वामी विवेकानंद मार्ग
बिबवेवाडी
पुणे ४११ ०३८
फोन : (०२०) ६७२१३७००
२४२१७१८७/८८/८९

सह्याद्री हॉस्पिटल, बोपोडी
सर्व्हे नं. १०ए/३ए
खडकी रेल्वे स्टेशनच्यापुढे
बोपोडी पोलीस चौकीच्याबाजूला
बोपोडी, पुणे ४११ ०२०
फोन : (०२०) ६६३१९८००

सह्याद्री हॉस्पिटल, हडपसर
जी ॲण्ड एस टॉवर, सर्व्हे नं.
१५३/ए, हिस्सा क्रमांक १-४/२१
मगरपट्टा, पुणे-सोलापूर रोड, हडपसर
पुणे ४११ ०२८
फोन : (०२०) ६७२१३४००
२६८९०४०१/०२

सह्याद्री हॉस्पिटल, कोथरूड
प्लॉट नं. ९बी, नीना सोसायटी
सर्व्हे नं. १४८४ ए/बी
पौड रोड, वनाज फॅक्टरीसमोर
कोथरूड, पुणे ४११ ०३८
फोन : (०२०) ६७२१३३००
(०२०) २५३८७४८५

सह्याद्री स्पेशालिटी हॉस्पिटल नगर रोड
हर्मिस हेरिटेजजवळ, शास्त्रीनगर
नगर रोड, येरवडा
पुणे ४११ ००६
फोन : (०२०) ६७२७११११

सूर्य सह्याद्री हॉस्पिटल
१३१७, कसबा पेठ
शनिवारवाड्याजवळ, पुणे ४११ ०११
फोन : (०२०) २४५७४२३२
६७२१३९००

एम. एन. बुधरानी कर्करोग संस्था
पहिली गल्ली, ७-९ कोरेगाव पार्क
पुणे ४११ ००१
फोन : (०२०) ६६०९९९९९
६६०९९७१९

व्ही. एल. मुथा कर्करोग सेंटर
मास्टर दीनानाथ मंगेशकर हॉस्पिटल
म्हात्रे ब्रिजजवळ एरंडवणे
पुणे ४११ ००४
फोन : (०२०) ४०१५१०००
६६०२३०००
४०१५१०२४/२७

लक्ष्य कॅन्सर हॉस्पिटल
प्राइडपर्पल स्क्वेअर
२१९-२०२, दुसरा मजला
काळेवाडी फाटा, वाकड
पुणे ४११ २५७
फोन : ८०९७१९९९१८
मोबाइल : ९९२३१९९९३०

इनामदार मल्टी स्पेशालिटी हॉस्पिटल
इमारत एस, क्र. १५
फातिमा नगर
पुणे ४११ ०४०
फोन : (०२०) ६६८१२२८८

पुणे हॉस्पिटल ॲण्ड रिसर्च सेंटर
२७, सदाशिव पेठ, पुणे जवळ
अलका टॉकीज
पुणे ४११ ०३०
फोन : (०२०) २४३३१७०६
२४३३१७०७,
२४३३१७०८, ६६०९६०००

रांका हॉस्पिटल
१५७/५, मुकुंद नगर
पुणे ४११ ०३७
फोन : (०२०) २४२६१५२८
२४२६१५२९
२४२६१५३०, २४२६१६००

मॅलिग्नंट डिसिज ट्रीटमेंट सेंटर
कमांड हॉस्पिटल (एससी)
पुणे ४११ ०४०

ज्युपिटर लाईफलाईन रुग्णालय
पिंपळे निळख रोड, बाणेर
प्रथमेश पार्कजवळ
पुणे ४११ ०४५
मोबाइल : ९१५२४९८८२६
वेबसाइट :
http:/www.jupiterhospital.com

संजीवन हॉस्पिटल
हिंजवडी रोड शिवाजी चौक,
आयडीबीआय बँकेच्यावर
पुणे ४११ ०५७
मोबाइल : ९१५२४९७०२८

पूना मेडिकल फाऊंडेशन
४०, रुबी हॉल क्लिनिक,
ससून रोड, पुणे ४११ ००१
फोन : (०२०) २६१६३३९१
email : info@rubyhall.com

शासकीय वैद्यकीय महाविद्यालय
वैद्यकीय स्क्वेअर, राजबक्ष
नागपूर ४४० ००१
फोन : (०७१२) २७४४६९६

राष्ट्रसंत तुकडोजी प्रादेशिक कॅन्सर हॉस्पिटल अॅण्ड रिसर्च सेंटर
तुकडोजी चौक
मनेवाडा रोड
नागपूर ४४० ०२४
फोन : (०७१२) २७४४४४१
२७४८९९५
email : admin@rstrch.com
director@rstrch.com

वानलेस हॉस्पिटल
मिरज-पंढरपूर रोड, मिरज
सांगली ४१६ ४१०
फोन : (०२३३) २२२३२९२

नर्गिस दत्त मेमोरियल कॅन्सर हॉस्पिटल
अगलगाव रोड, बार्शी
सोलापूर ४१३ ४०१
फोन : (०८८) ८८५०८५३८
७७०९८२५८८९

श्री सिद्धेश्वर कॅन्सर हॉस्पिटल
होटगी रोड, दैनिक संचार कार्यालयाजवळ
सोलापूर ४१३ ००३
फोन : (०२१७) २३६७४३३
२३६७४४४
email : spr_sschrcso@sancharnet.in

■

परिशिष्ट-२

समुपदेशक संस्था

हेल्पलाईन
सोमवार ते शनिवार
सकाळी १० ते रात्री १०
(०२२) २५५६३२९१

आसरा हेल्पलाईन
जॉन्सन थॉमस : ९८२०४६६७२६

इंडियन कॅन्सर सोसायटी
७४, जेरबाई वाडिया रोड, परळ
मुंबई ४०० ०१२
फोन : (०२२) २४१२५२३८
२४१३९४४५, २४१३९४५१
२४१६१८७५
email :
info@indiancancersociety.org

कॅनशुअर कॅन्सर सेंटर
डॉ. अमित गांधी
शारदा बिल्डिंग शॉप नं. २
टाटा हॉस्पिटलजवळ, वाडिया रोड
परळ, मुंबई ४०० ०१२
फोन : (०२२) ६१६३१५१४

पतंजली योग समिती
फायर ब्रिगेड, नवघर रोड
मुलुंड (पूर्व), मुंबई ४०० ०८१
मोबाइल : ९९८७७८१०४१,
९७५७०३४४०८, ९८६९१८८४४०

कॅन्सर एड अ‍ॅण्ड रिसर्च फाऊंडेशन
भायखळा म्युन्सिपल स्कूल बिल्डिंग
तळमजला, 'एस' ब्रिजजवळ
मुंबई ४०० ०११
फोन : (०२२) २३००५०००
२३००८०००, ६५३२३२३३
२३००५०००, २३००७०००
२२९१९६६७
email :
carf@cance rarfoundation.org
drrizwana@cancerarfoundation.org
dr.azraansari@cancerfoundation.org

एशियन कॅन्सर फौंडेशन
तळमजला के. जे. सोमेय्या
हॉस्पिटल कॅम्पस, मुंबई ४०० ०२२
फोन : (०२२) २४०९८९८९

ड्रिम फाउंडेशन कॅन्सर फंड
१०७, म्युन्सिपल इंडस्ट्रियल इस्टेट
गांधीनगर, वरळी
मुंबई ४०० ०१८
फोन : (०२२) ४९७३४१२
४९२७४३५, ४९७३४१३
email :
dfcc@dreamfoundationcancercare.org
kmaarif@rediffmail.com

सद्भावना केंद्र
३/१२, कोंडाजी चाळ, जेरबाई
वाडिया रोड, टाटा हॉस्पिटलजवळ
परळ, मुंबई ४०० ०१२
फोन : (०२२) २४१८६८५०
email :
sadbhavana kendra@gmail.com

करेज इंडिया
फ्लॅट नं. ३०४, पृथ्वी पॅलेस
ओशन विंग, लिंक रोड
दहिसर (पश्चिम), मुंबई ४०० ०६८
मोबाइल : ९८७०४०८२००
फोन : (०२२) २८९२३१३४
email : venkziyer@yahoo.com

कॅन्सर पेशंट्स एड असोसिएशन (सीपीएए)
श्रीमती पनादेवी डालमिया कॅन्सर
मॅनेजमेंट सेंटर
किंग जॉर्ज मेमोरियल
डॉ. इ. मोझेस रोड, महालक्ष्मी
मुंबई ४०० ०११
फोन : (०२२) २४९२७००७
२४९२८७७५, २४९२१८५६
२४९२४०००
email :
manju.gupta@cancer.org.in
vinaya.chacko@cancer.org.in
webmaster@cpaaindia.org

श्रद्धा फाऊंडेशन
६१८, लक्ष्मी प्लाझा, लक्ष्मी
इंडस्ट्रियल इस्टेट, लिंक रोड
अंधेरी (पश्चिम), मुंबई ४०० ०५३
फोन : (०२२) ४०००३३५२,
४०००३३५५,
मोबाइल : ९९२०७४५८०५,
९८१९८३६१३८, ९८३३२०४६७६
email : udaylg64@yahoo.com
info@shradhafoundation.co.in

याव्यतिरिक्त मुंबई शहरात उपचारासाठी येणारे रुग्ण आणि त्यांचे नातेवाईक यांच्या निवासाची सोय, रुग्णवाहिका, रक्तपेढ्या, उपचारार्थ आर्थिक मदत करणाऱ्या संस्था, रुग्णांना आवश्यक घरगुती उपकरणे पुरवणाऱ्या संस्था, खाजगी नर्स आणि काळजीवाहू मदतनीस पुरवणाऱ्या संस्था यासारख्या माहितीसाठी www.copewithcancer.org या संकेतस्थळाला भेट द्या.

■